Khám Phá
ChatGPT

Thái Phạm

2023

Tác gả giữ bản quyền © 2023 Thái Phạm

Đã đăng ký Bản quyền. Không phần nào của cuốn sách này có thể được sao chép, phân phối, phổ biến công khai hoặc truyền tải dưới bất kỳ hình thức nào hoặc bằng bất kỳ phương tiện nào như điện tử, cơ khí, sao chụp, ghi âm hoặc thông qua hệ thống lưu trữ thông tin mà không được sự cho phép của tác giả; ngoại trừ các trích dẫn ngắn được sử dụng trong các bài đánh giá và phê bình.

Tuyên bố miễn trừ trách nhiệm

Thông tin, ý kiến và quan điểm thể hiện trong cuốn sách này là của tác giả và không nhất thiết phản ảnh quan điểm hay ý kiến của bất kỳ tổ chức, cơ quan hay công ty nào. Tác giả hoàn toàn không bảo đảm về tính chính xác hoặc đầy đủ của thông tin trong cuốn sách này. Tác giả sẽ không chịu trách nhiệm về bất kỳ lỗi, thiếu sót hoặc không chính xác nào, cũng như đối với bất kỳ hành động nào được thực hiện hoặc hậu quả từ việc sử dụng thông tin được cung cấp trong quyển sách này.

Thư ngỏ

Trong thế giới trí tuệ nhân tạo đang phát triển nhanh chóng, ChatGPT đã ra đời như một công cụ đột phá gây xôn xao dư luận toàn cầu Mặc dù có nhiều ý kiến trái chiều, người ta vẫn không thể phủ nhận sự tiện dụng của nó.

Quyển "Khám Phá ChatGPT" là kết quả của sự tò mò và niềm đam mê của tác giả trong việc khám phá tiềm năng của ChatGPT. Cuốn sách gồm hai phần: tiếng Việt và tiếng Anh. Bên cạnh những ví dụ thực tế và cụ thể trong các lĩnh vực như thương mại, tâm lý, khoa học, lịch sử, tôn giáo... sách cũng bao gồm hướng dẫn cách sử dụng ChatGPT một cách đơn giản.

Hy vọng quyển sách này sẽ đem lại lợi ích cho những ai muốn khai thác sức mạnh của trí tuệ nhân tạo (AI) cũng như muốn cải thiện các lĩnh vực cuộc sống cá nhân.

Mong rằng độc giả sẽ tìm thấy sự thú vị trong hành trình khám phá thế giới cùng ChatGPT.

Trân trọng.

Thái Phạm

Phám Phá ChatGPT

CHƯƠNG I: SƠ LƯỢC VỀ TRÍ TUỆ NHÂN TẠO

Trí tuệ Nhân tạo (Artificial Intelligence - AI) là một lĩnh vực nghiên cứu trong lĩnh vực khoa học máy điện toán thông minh có khả năng giải quyết các vấn đề tương tự như con người. Từ ngữ "trí tuệ nhân tạo" đã được đưa vào hội nghị Dartmouth năm 1956 và kể từ đó, AI đã trở thành một lĩnh vực đầy thú vị và phát triển rất nhanh.

Hội nghị Dartmouth là một sự kiện lịch sử quan trọng trong lĩnh vực trí tuệ nhân tạo (AI). Được tổ chức tại Trường Đại học Dartmouth, Mỹ vào mùa hè năm 1956, hội nghị Dartmouth đã đưa ra thuật ngữ "trí tuệ nhân tạo" (Artificial Intelligence - AI) lần đầu tiên và đặt nền tảng cho sự phát triển của lĩnh vực này trong tương lai.

Hội nghị Dartmouth có sự tham gia của một số nhà khoa học máy điện toán hàng đầu trong thập niên 1950, bao gồm John McCarthy, Marvin Minsky, Claude Shannon và Nathaniel Rochester. Họ đã thảo luận và đưa ra các ý tưởng về việc tạo ra các lập trình điện toán có khả năng giải quyết các vấn đề thông minh tương tự như con người.

Tại hội nghị, nhóm các nhà khoa học này đã tạo ra một tài liệu gọi là "Một đề nghị cho việc nghiên cứu và phát triển trí tuệ nhân tạo", trong đó họ phác họa một kế hoạch để tạo ra các chương trình máy điện toán có khả năng học hỏi và thực hiện các nhiệm vụ thông minh. Kế hoạch này đã đặt nền tảng cho sự phát triển của AI trong những năm tiếp theo.

Hội nghị Dartmouth đã đóng góp quan trọng vào sự phát triển của lĩnh vực trí tuệ nhân tạo và là một sự kiện đánh dấu sự khởi đầu của AI như chúng ta biết hiện nay.

Các ứng dụng của AI rất đa dạng và phong phú, từ việc tự động hóa sản xuất, đến tự động hóa chăm sóc sức khỏe, dự báo thời tiết, và đối thoại với con người dựa trên mạng lưới thần kinh nhân tạo.

AI đang trở thành một lĩnh vực rất quan trọng và được chính phủ và tổ chức quốc tế khai thác và sử dụng để đóng góp tích cực vào nền kinh tế, tạo ra công việc mới và cải thiện cuộc sống con người. Tuy nhiên, việc sử dụng AI cũng đặt ra nhiều thách thức và vấn đề đạo đức, như thiên kiến và công bằng, quyền riêng tư và bảo mật, vũ khí tự động...

Hiện nay, công nghệ trí tuệ nhân tạo (AI) đang trở thành một lĩnh vực quan trọng và có tiềm năng phát triển rất lớn trong tương lai. Với sự phát triển nhanh chóng của AI, nhiều công ty lớn trên thị trường đã đầu tư mạnh mẽ vào lĩnh vực này và đang đưa ra nhiều sản phẩm và dịch vụ thông minh mới:

1. Google: Google là một trong những công ty hàng đầu trong lĩnh vực trí tuệ nhân tạo. Công ty này đã đầu tư nhiều vào AI và phát triển nhiều sản phẩm AI như Google Assistant, Google Translate và Google Photos.
2. Microsoft: Microsoft cũng là một trong những công ty đầu tiên đầu tư vào AI và phát triển nhiều sản phẩm AI như Cortana, Skype Translator và Microsoft Azure.
3. Amazon: Amazon đang sử dụng AI để cải thiện việc mua sắm của khách hàng và giúp tối ưu hóa quy

trình giao hàng. Ngoài ra, công ty này còn sở hữu Alexa, một trong những trợ lý ảo được sử dụng rộng rãi nhất trên thế giới.

4. IBM: IBM là một trong những công ty đầu tiên đầu tư vào lĩnh vực trí tuệ nhân tạo và phát triển nhiều sản phẩm và dịch vụ AI, bao gồm Watson, một hệ thống trả lời câu hỏi và phân tích dữ liệu thông minh.

5. Tesla: Tesla đang sử dụng trí tuệ nhân tạo để phát triển các hệ thống xe tự động và giúp tăng cường tính an toàn trên đường.

6. NVIDIA: NVIDIA cung cấp các giải pháp AI và đang phát triển các công nghệ AI mới, bao gồm các thiết bị điện toán, kho dữ liệu ảo và hệ thống xe tự động.

7. Intel: Intel đang đầu tư nhiều vào AI và phát triển nhiều sản phẩm mới dựa trên công nghệ AI như chip máy điện toán thông minh.

Bên cạnh đó, nhiều tổ chức nghiên cứu và phát triển trí tuệ nhân tạo khác trên toàn thế giới đáng chú ý như:

1. DeepMind: DeepMind là một công ty nghiên cứu trí tuệ nhân tạo của Anh, được thành lập vào năm 2010. Công ty này đã đạt được nhiều thành tựu quan trọng trong lĩnh vực AI, bao gồm việc phát triển AlphaGo, một hệ thống chơi cờ thông minh.

2. Facebook AI Research (FAIR): FAIR là một phòng thí nghiệm nghiên cứu trí tuệ nhân tạo của Facebook. Tổ chức này đã phát triển nhiều công nghệ AI đột phá, bao gồm hệ thống xử dụng ngôn ngữ tự nhiên và hệ thống nhận dạng hình ảnh.
3. Baidu Research: Baidu là một công ty công nghệ lớn của Trung Quốc và có một phòng nghiên cứu trí tuệ nhân tạo tại California. Baidu Research đã đạt được nhiều thành tựu quan trọng trong lĩnh vực AI, bao gồm việc phát triển hệ thống nhận dạng giọng nói và hệ thống xe tự động.
4. Allen Institute for Artificial Intelligence (AI2): AI2 là một tổ chức nghiên cứu AI được thành lập bởi nhà khoa học máy tính Paul Allen. Tổ chức này tập trung vào nghiên cứu các vấn đề phức tạp trong lĩnh vực AI, bao gồm học máy, lý thuyết đánh giá và các ứng dụng AI trong lĩnh vực khoa học.
5. OpenAI: OPEN AI là một tổ chức nghiên cứu trí tuệ nhân tạo được thành lập vào năm 2015 với sứ mệnh phát triển các công nghệ trí tuệ nhân tạo an toàn và đảm bảo lợi ích cho con người. Tổ chức này do Elon Musk, Sam Altman, Greg Brockman và Ilya Sutskever thành lập. Tổ chức OPEN AI đã được xem là một trong những công ty trí tuệ nhân tạo hàng đầu trên thế giới và đang đóng vai trò quan trọng trong sự phát triển và ứng dụng AI an toàn và có lợi cho con người.

CHƯƠNG II: CHATGPT

ChatGPT được tạo ra bởi OpenAI, một phòng thí nghiệm nghiên cứu trí tuệ nhân tạo bao gồm các nhà nghiên cứu và kỹ sư tận tâm phát triển AI theo chiều hướng an toàn và lợi ích. OpenAI đã và đang phát triển một số mô hình ngôn ngữ tân tiến nhất, bao gồm GPT-3.5, và 4.

Tên "ChatGPT" bắt nguồn từ chữ "trò chuyện" (Chat), dùng để chỉ khả năng trò chuyện với con người và GPT (Generative Pre-training Transformer), dùng để chỉ kiến trúc cơ bản của nó. Kiến trúc "GPT" được thiết kế để xử dụng ngôn ngữ tự nhiên, đồng thời tạo ra các câu trả lời chính xác cho nhiều loại câu hỏi trong nhiều lĩnh vực.

ChatGPT được OpenAI, một phòng thí nghiệm nghiên cứu trí tuệ nhân tạo có trụ sở tại San Francisco, ra mắt vào ngày 30 tháng 11 năm 2020. Chỉ trong vòng bốn ngày kể từ khi ra mắt, ChatGPT đã thu hút hơn một triệu người dùng. Đến tháng 1 năm 2023, ChatGPT đã đạt hơn 100 triệu người dùng, khiến nó trở thành một trong những ứng dụng phát triển nhanh nhất hiện nay.

ChatGPT là một phần trong nỗ lực của OpenAI nhằm phát triển các công nghệ trí tuệ nhân tạo thông minh có thể cung cấp các dịch vụ có giá trị cho mọi người trên khắp thế giới. Với sự cập nhật hóa dữ liệu liên tục, ChatGPT có thể tìm hiểu và cải tiến khả năng đối đáp của mình theo thời gian, mang lại kết quả ngày càng chính xác và hữu ích.

ChatGPT có thể làm gì?

ChatGPT được thiết kế để có thể trò chuyện thân thiện với mọi người bằng trực giác. Người dùng có thể đàm thoại với ChatGPT bằng cách đặt câu hỏi cho ChatGPT về khoa học, công nghệ, văn hóa, lịch sử ... ChatGPT sẽ tạo trả lời dựa trên kiến thức và hiểu biết của mình.

ChatGPT cũng có khả năng tạo ra những ý tưởng và hiểu biết mới dựa trên thông tin và dữ liệu mà nó đã được đào tạo. Điều này làm cho nó trở thành một công cụ lý tưởng giúp giải quyết vấn đề vì nó có thể đưa ra các đề nghị và thông tin chi tiết mà người dùng chưa biết hoặc không nghĩ đến.

ChatGPT thông minh như thế nào?

ChatGPT là một mô hình ngôn ngữ cao cấp và phức tạp, có khả năng hiểu và tạo ra ngôn ngữ tự nhiên. Nó dựa trên một kiến trúc Học-sâu (Deep learning) gọi là máy Biến-áp (Transformer), đã được đào tạo trên một lượng lớn dữ liệu văn bản bằng cách sử dụng các kỹ thuật Học Không Giám Sát (Unsupervised learning techniques).

Một trong những điểm mạnh của ChatGPT là khả năng đối đáp tự nhiên và mạch lạc cho một loạt câu hỏi. Nó có thể hiểu và giải thích trong phạm vi chủ đề câu hỏi và đưa ra câu trả lời thích hợp dựa trên sự hiểu biết của mình. ChatGPT cũng có thể tham gia vào cuộc đối thoại với người dùng, đặt câu hỏi và cung cấp câu trả lời được cá nhân hóa.

Nhờ sự nghiên cứu và phát triển không ngừng trong lĩnh vực xử dụng ngôn ngữ tự nhiên, ChatGPT không ngừng phát triển và cải tiến. Với sự trợ giúp của các Kỹ thuật Học tập Có Giám Sát, ChatGPT có thể liên tục học hỏi và cải tiến. Tuy nhiên, điều quan trọng cần lưu ý là mặc dù ChatGPT có khả năng tạo trả lời những câu hỏi khó và phức tạp nhưng nó vẫn là một trí tuệ nhân tạo và không phải lúc nào cũng cung cấp các câu trả lời chính xác hoặc phù hợp.

Sự khác biệt giữa ChatGPT và Google Search

ChatGPT và Google Search khác nhau ở nhiều điểm sau đây:

1. Mục đích: ChatGPT là một mô hình ngôn ngữ AI được thiết kế để trò chuyện giống như con người cũng như cung cấp các câu trả lời cho hàng loạt các câu hỏi. Trong khi đó, Google Search chỉ là một công cụ tìm kiếm giúp người dùng tìm kiếm thông tin trên Internet.
2. Định dạng: ChatGPT có thể đối thoại với người sử dụng, trong khi Google Search cung cấp một danh sách các kết quả tìm kiếm liên quan dựa trên câu hỏi của người dùng.
3. Nguồn thông tin: Các câu trả lời của ChatGPT dựa trên lượng dữ kiện lớn mà nó đã được huấn luyện và có thể bao gồm ý kiến hoặc diễn giải thông tin. Trái lại, kết quả tìm kiếm của Google được tạo ra do sự tìm kiếm trên Web để tìm thông tin liên quan và chính xác.

4. Linh động: Các câu trả lời của ChatGPT có thể được cá nhân hóa dựa trên câu hỏi của từng người dùng, trong khi kết quả tìm kiếm của Google dung cho tất cả người dùng.
5. Đối thoại: ChatGPT có thể cung cấp các câu trả lời trực tiếp một loạt câu hỏi trong phạm vi chủ đề. Trong khi đó, Google Search là một công cụ cung cấp thông tin mà không có khả năng đối thoại.

Tóm lại, ChatGPT là một mô hình Trí tuệ Nhân Tạo có khả năng đối thoại với người sử dụng, còn Google Search chỉ là một công cụ tìm kiếm cung cấp thông tin.

Khả năng của ChatGPT

1. Dịch vụ khách hàng: ChatGPT có thể được sử dụng như một trợ lý ảo hoặc Hệ thống Máy Đàm thoại (chatbot) để hỗ trợ khách hàng. Nó có thể trả lời các câu hỏi, đưa ý kiến và giúp người dùng giải quyết các vấn đề.
2. Phiên dịch: ChatGPT có thể được sử dụng để phiên dịch một số ngôn ngữ. Điều này có thể mang lại nhiều hữu ích cho các cở sở thương mại toàn cầu hoặc các công ty du lịch.
3. Internet: ChatGPT có thể viết nội dung cho trang Web, Mạng Xã hội hoặc các lĩnh vực Internet khác.

4. Thương mại: ChatGPT có thể giúp viết chương trình hoạt động hoặc các bản kế hoạch thương mại cũng như đưa ý kiến hoặc đề nghị những phương thức, ý tưởng quảng cáo.
5. Nghệ thuật: ChatGPT cũng có thể giúp trong các lĩnh vực nghệ thuật như văn, thơ, nhạc, hôi họa...
6. Cố vấn sức khỏe tâm thần: ChatGPT có thể được sử dụng để hỗ trợ và cố vấn về sức khỏe tâm thần cho người sử dụng. Nó có thể lắng nghe và hồi đáp các mối quan tâm của người dùng và đề nghị cũng như hướng dẫn tìm kiếm các chuyên gia theo nhu cầu cá nhân.
7. Nghiên cứu và phát triển: ChatGPT có thể được sử dụng cho mục đích nghiên cứu và phát triển, chẳng hạn như phân tích và tóm tắt lượng lớn dữ liệu văn bản và xác định xu hướng và mô hình. Đây chỉ là một số ví dụ về các ứng dụng tiềm năng của việc sử dụng ChatGPT. Khi công nghệ AI tiếp tục tiến bộ, rất có thể rằng ChatGPT sẽ được sử dụng trong nhiều cách sáng tạo và đổi mới hơn trong tương lai.

Trên đây chỉ là một số những khả năng của ChatGPT. Với một kiến thức rộng rãi, người sử dụng có thể dùng ChatGPT như một người thư ký, phụ tá, một cố vấn... hoặc ngay cả một người bạn khi cần tâm sự. Tuy nhiên,

ChatGPT vẫn là một trí tuệ nhân tạo; vì thế, không phải lúc nào cũng trả lời chính xác hoặc phù hợp.

ChatGPT có thể dịch bao nhiêu ngôn ngữ?

ChatGPT là một mô hình ngôn ngữ đã được huấn luyện trên một lượng lớn dữ liệu văn bản bằng nhiều ngôn ngữ. Mặc dù nó không được thiết kế đặc biệt như là công cụ dịch ngôn ngữ, nó có thể dịch văn bản sang bất kỳ ngôn ngữ nào mà nó đã được huấn luyện. Khi được ra mắt ban đầu, ChatGPT có thể hiểu và tạo văn bản với gần 100 ngôn ngữ. Tuy nhiên, phạm vi dịch và hiểu được của ChatGPT có thể phụ thuộc vào dữ liệu mà nó đã được huấn luyện. Khả năng dịch ngôn ngữ của nó có thể không thấu đáo như các công cụ dịch ngôn ngữ chuyên môn.

Giới hạn của ChatGPT

Mặc dù ChatGPT là một mô hình ngôn ngữ mạnh mẽ với một cơ sở dữ liệu thông tin khổng lồ, nó cũng có những giới hạn. Như với bất kỳ công nghệ nào, thông tin mà nó cung cấp chỉ mới nhất tại thời điểm cuối cùng nó được huấn luyện. Hiện nay, ngưỡng kiến thức của ChatGPT 3.5 là 2021, có nghĩa là bất kỳ thông tin hoặc sự kiện nào xảy ra sau thời điểm đó có thể không được bao gồm trong cơ sở dữ liệu của nó. Tuy nhiên,

ChatGPT 4 đang được cập nhật và huấn luyện liên tục trên dữ liệu mới, vì vậy khả năng và cơ sở kiến thức của nó sẽ tiếp tục phát triển.

Dưới đây là một số giới hạn của ChatGPT:

1. Thiếu sự đồng cảm: ChatGPT thiếu khả năng hiểu cảm xúc và lòng đồng cảm của đối tác trò chuyện như con người. Nó có thể không thể hiểu hoặc đối đáp phù hợp với tình trạng cảm xúc hoặc nhu cầu của người dùng.
2. Phạm vi bị hạn chế: Các câu trả lời của ChatGPT có thể dẫn đến hiểu lầm hoặc câu trả lời không đầy đủ vì nó có thể không hiểu rõ hết phạm vi của cuộc trò chuyện hoặc câu hỏi.
3. Thiên vị: Các câu trả lời của ChatGPT có thể phản ảnh thiên vị hoặc quan điểm của các văn bản nó đã được huấn luyện. Điều này có thể dẫn đến việc cung cấp thông tin có thể gây hại hoặc không chính xác cho người dùng.
4. Kiến thức hạn chế: Cơ sở kiến thức của ChatGPT bị giới hạn bởi các văn bản mà nó đã được huấn luyện, điều này có nghĩa là nó có thể không có câu trả lời cho tất cả các câu hỏi hoặc không thể cung cấp các thông tin mới nhất.

5. Thiếu sáng tạo: ChatGPT có thể thiếu sáng tạo hoặc tính đột phá trong các câu trả lời của nó, khiến cuộc trò chuyện trở nên máy móc hoặc lặp đi lặp lại.

Những điểm nổi bật của chatGPT

ChatGPT nổi bật như một mô hình ngôn ngữ vì nhiều lý do, bao gồm:

1. Dữ liệu huấn luyện: ChatGPT đã được huấn luyện trên một lượng lớn dữ liệu văn bản, bao gồm nhiều chủ đề và nguồn. Điều này đã giúp làm cho nó trở thành một trong những mô hình ngôn ngữ tiên tiến và phức tạp nhất.
2. Xử dụng ngôn ngữ tự nhiên: ChatGPT sử dụng các kỹ thuật ngôn ngữ tự nhiên (NLP) và thông minh để hiểu chủ đề và ý nghĩa của từng người dung; do đó, nó có thể trả lời các câu hỏi chính xác hơn.
3. Khả năng đối thoại: ChatGPT được thiết kế để mô phỏng cuộc trò chuyện giống như con người, điều này có nghĩa là nó có thể cung cấp các câu trả lời cũng như đối thoại với người dùng.
4. Cập nhật hóa: Nhờ vào sự cập nhật hóa nhanh chóng và đều đặn, ChatGPT có thể liên tục học tập và cải tiến. Hơn nữa, dựa vào sự học hỏi qua các đối thoại của nó với người dùng, ChatGPT sẽ càng ngày càng thông minh và chính xác hơn theo thời gian.

5. Mã nguồn Mở: ChatGPT là một mô hình ngôn ngữ mã nguồn mở (Open Source). Các nhà phát triển (Developers) và nhà nghiên cứu (Researchers) có thể sử dụng miễn phí cũng như đóng góp các ý kiến cải tiến. Điều này đã thu hút nhiều nhà phát triển trong việc đóng góp vào sự phát triển và tiến bộ của ChatGPT.

Tóm lại, ChatGPT nổi bật như một Mô hình Ngôn ngữ vì dữ liệu huấn luyện rộng lớn, khả năng đối thoại, học tập liên tục và tính mã nguồn mở. Những yếu tố này đã giúp làm cho nó trở thành một trong những mô hình ngôn ngữ thông minh và hứa hẹn nhất hiện nay.

Ảnh hưởng của ChatGPT đến thị trường

Tuy mới ra đời được vài tháng, ChatGPT đã gây được sự chú ý trên toàn thế giới. Nhiều người đã sử dụng ChatGPT để viết sách, kế hoạch thương mại, quảng cáo, tìm kiếm thông tin cần thiết, thư từ giao dịch...

Một số chuyên gia nghĩ rằng ChatGPT sẽ có ảnh hưởng đến các việc làm như quảng cáo, viết bài về kỹ thuật, báo chí, trợ tá pháp lý, nghiên cứu thị trường, giảng viên, cố vấn tài chính, thiết kế đồ họa, kế toán, dịch vụ khách hàng...

Mặc dù ChatGPT có khả năng tự động hóa một số nhiệm vụ và tạo cơ hội việc làm mới, nhưng ChatGPT không thể thay thế các kỹ năng và chuyên môn của nhân viên. Trong một số trường hợp, việc áp dụng ChatGPT và các công nghệ AI khác có thể dẫn đến sự thay đổi công việc, nhưng nó có khả năng tạo ra cơ hội việc làm mới trong các lĩnh vực khác.

Tóm lại, với tư cách là một mô hình ngôn ngữ AI, ChatGPT là một công cụ mà mọi người có thể sử dụng để giúp họ giao tiếp và tìm kiếm thông tin hiệu quả hơn. Nhìn chung, tác động của ChatGPT đối với thế giới sẽ phụ thuộc vào cách các cá nhân và tổ chức sử dụng nó. Một số cách tiềm năng mà ChatGPT có thể có tác động bao gồm:

1. Cải thiện giao tiếp: ChatGPT có thể giúp mọi người giao tiếp hiệu quả hơn bằng cách cung cấp hồi đáp nhanh chóng và chính xác cho các câu hỏi và mối quan tâm của họ.

2. Thúc đẩy nghiên cứu: ChatGPT có thể giúp các nhà nghiên cứu, tìm tòi và phân tích lượng lớn dữ liệu nhanh hơn và hiệu quả hơn, có khả năng dẫn đến những khám phá và đột phá mới.

3. Tăng cường giáo dục: ChatGPT có thể giúp sinh viên học tập bằng cách cung cấp vô số thông tin và trả lời các câu hỏi của họ nhanh chóng.

4. Tăng hiệu quả: ChatGPT có thể tự động hóa một số công việc và quy trình nhất định, cũng như giúp chúng hoạt động nhanh hơn và hiệu quả hơn.

5. Giảm sự thiên vị: ChatGPT có thể giúp giảm sự thiên vị bằng cách cung cấp thông tin và câu trả lời không thiên vị cho các câu hỏi, bất kể nền tảng hoặc niềm tin của người dùng.

Nhìn chung, tác động của ChatGPT đối với thế giới sẽ phụ thuộc vào cách nó được sử dụng và bối cảnh cụ thể mà nó được khai triển.

CHƯƠNG III: CÁCH GHI DANH VỚI CHATGPT

Trước khi sử dụng ChatGPT, bạn cần ghi danh với OpenAI.

Hướng dẫn:

- Vào website https://chat.openai.com/chat
- Bấm chuột vào SIGN UP

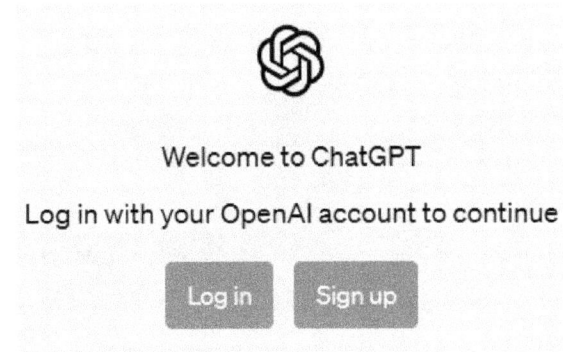

- Đánh máy địa chỉ email của bạn trong khung email address và mật mã ở khung phía dưới. Sau đó, bấm chuột vào nút CONTINUE

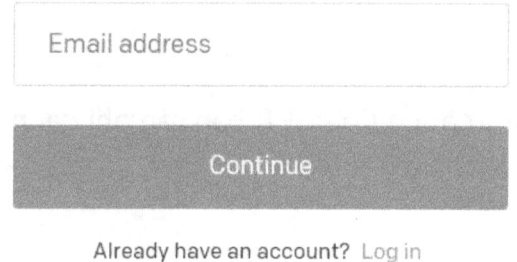

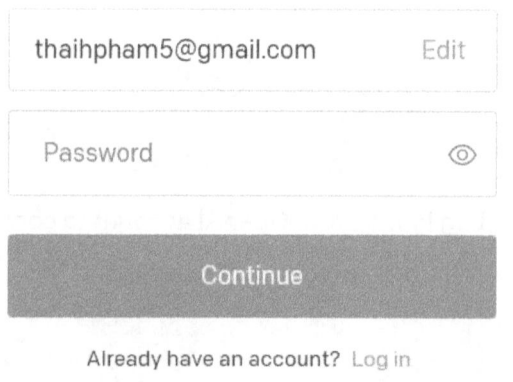

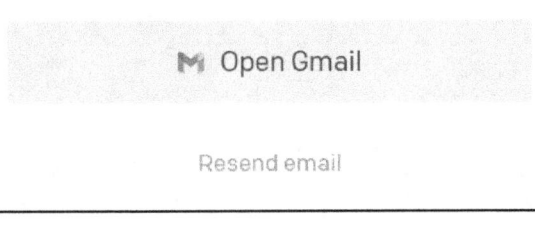

- OpenAI sẽ gửi email về địa chỉ email mà bạn đã dùng để ghi danh. Bạn cần mở email và mở email của OpenAI để xác nhận.

- Sau khi xác nhận và login, bạn cần bổ túc thông tin cá nhân (tên và ngày sinh) và bấm vào nút CONTINUE.

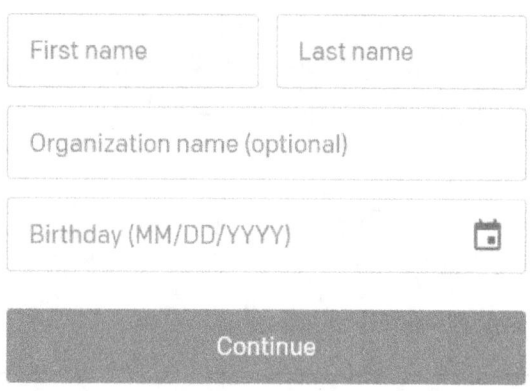

- Đánh máy số điện thoại, bấm vào nút SEND CODE

- Open AI sẽ mật mã về số điện thoại của bạn.
- Đánh máy mật mã vào trong khung có sáu số 0

Enter code

Please enter the code we just sent you.

000 000

Sau khi hoàn tất phầm ghi danh với OpenAI, bạn có thể bắt đầu sử dụng ChatGPT.

CHAPTER IV: CÁCH SỬ DỤNG CHATGPT

Sau khi Login, bạn sẽ thấy một khung như dưới đây:

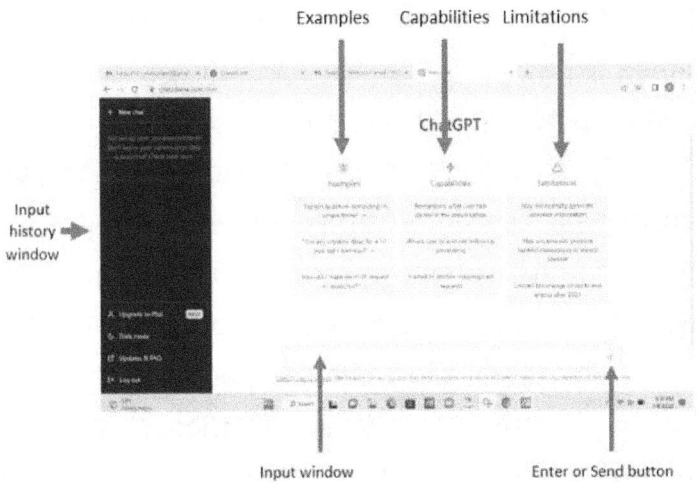

– **Examples**: Vài thí dụ về cách thức đặt câu hỏi với ChatGPT

– **Capabilities**: Cho biết khả năng của ChatGPT.

- **Limitations:** Những giới hạn của ChatGPT.
- **Input History Window:** Nơi lưu giữ những phần đàm thoại giữa người sử dụng và ChatGPT.
- **Input Window:** Chỗ để đánh máy câu hỏi với ChatGPT.

Dưới đây là một số mẹo có thể giúp bạn giao tiếp hiệu quả với ChatGPT:
1. Đặt câu hỏi rõ ràng và ngắn gọn.
2. Sử dụng đúng ngữ pháp và chính tả. Bạn cũng có thể nhờ ChatGPT sửa lỗi chính tả.
3. Tránh ngôn ngữ mơ hồ hoặc mập mờ. Hãy sử dụng ngôn ngữ chính xác và rõ ràng để ChatGPT hiểu ý muốn của bạn.
4. Cung cấp bối cảnh khi cần thiết.
5. Cung cấp các ví dụ về những gì bạn muốn có thể giúp ChatGPT hiểu rõ ý định của bạn hơn.
6. Hãy kiên nhẫn. ChatGPT là một mô hình ngôn ngữ phức tạp, nhưng nó vẫn có những hạn chế. Nếu ChatGPT không hồi đáp chính xác, bạn hãy đặt lại câu hỏi và bổ túc thông tin hoặc hỏi tiếp theo.
7. Khi cần phiên dịch hoặc nhờ ChatGPT rút ngắn một bài viết dài, nên trích ra từng đoạn khoảng 500 chữ.

Đôi khi, vì số lượng người sử dụng ChatGPT miễn phí quá nhiều trong cùng một lúc, bạn có thể gặp khó khăn khi log-in hoặc nhận được cáo lỗi của ChatGPT vì khả năng giới hạn.

Bạn có thể nâng cấp bằng cách đóng 20 đô la mỗi tháng, bạn sẽ ưu tiên khi login, ngay cả trong thời gian ChatGPT đang có nhều người sử dụng. Để nâng cấp, chỉ cần nhấp vào tùy chọn "Upgrade to Plus" trong khung phía bên trái (INPUT HISTORY WINDOW).

CHAPTER V: PHẦN THỰC HÀNH CHATGPT BẰNG VIỆT NGỮ

Cách thức giao tiếp với ChatGPT

1. Bấm chuột và trong khung INPUT, đánh máy câu hỏi. Sau đó, bấm vào nút SEND ⊲ .

   ChatGPT sẽ hồi đáp trong vòng khoảng 5-10 giây, tùy theo câu hỏi.

2. Đọc câu trả lời của ChatGPT và đặt câu hỏi tiếp theo nếu cần.

3. Nếu câu trả lời bị gián đoạn, bạn có thể yêu cầu ChatGPT tiếp tục bằng một câu đơn giản "Xin tiếp tục"

Dưới đây là một số câu hỏi sơ khởi để tìm hiểu về kiến thức và trình độ Việt ngữ của ChatGPT. Những Câu hỏi của người sử dụng sẽ được viết là HỎI và câu trả lời của ChatGPT sẽ được viết là TRẢ LỜI. Chữ BẠN dùng trong câu hỏi ám chỉ ChatGPT.

HỎI:

 Giải thích câu tục ngữ Việt Nam "Gần mực thì đen, gần đèn thì sáng"

Giải thích câu tục ngữ Việt Nam "Gần mực thì đen, gần đèn thì sáng"

TRẢ LỜI:

 Câu tục ngữ "Gần mực thì đen, gần đèn thì sáng" là một câu nói phổ biến trong tiếng Việt, dùng để diễn tả ảnh hưởng của môi trường xung quanh đối với tính cách và hành vi của một người.

Trong câu tục ngữ này, "mực" được dùng để ví von với những điều tiêu cực, không tốt, còn "đèn" được dùng để ví von với những điều tích cực, mang lại ánh sáng và sự hiểu biết. Khi nói "gần mực thì đen," câu tục ngữ này muốn nói rằng khi một người tiếp xúc và ở gần với những điều xấu, họ dễ dàng bị ảnh hưởng và trở nên tiêu cực. Ngược lại, khi nói "gần đèn thì sáng," câu tục ngữ muốn nói rằng khi một người ở gần những điều tốt, họ sẽ học hỏi được nhiều điều bổ ích và trở nên tích cực hơn.

Vì vậy, câu tục ngữ "Gần mực thì đen, gần đèn thì sáng" nhắc nhở chúng ta về tầm quan trọng của việc chọn môi trường sống và những người xung quanh sao cho có ích và tích cực, để có thể phát triển tốt hơn về mặt đạo đức và tri thức.

Câu tục ngữ "Gần mực thì đen, gần đèn thì sáng" là một câu nói phổ biến trong tiếng Việt, dùng để diễn tả ảnh hưởng của môi trường xung quanh đối với tính cách và hành vi của một người.

Trong câu tục ngữ này, "mực" được dùng để ví von với những điều tiêu cực, không tốt, còn "đèn" được dùng để ví von với những điều tích cực, mang lại ánh sáng và sự hiểu biết. Khi nói "gần mực thì đen," câu tục ngữ này muốn nói rằng khi một người tiếp xúc và ở gần với những điều xấu, họ dễ dàng bị ảnh hưởng và trở nên tiêu cực. Ngược lại, khi nói "gần đèn thì sáng," câu tục ngữ muốn nói rằng khi một người ở gần những điều tốt, họ sẽ học hỏi được nhiều điều bổ ích và trở nên tích cực hơn.

Vì vậy, câu tục ngữ "Gần mực thì đen, gần đèn thì sáng" nhắc nhở chúng ta về tầm quan trọng của việc chọn môi trường sống và những người xung quanh sao cho có ích và tích cực, để có thể phát triển tốt hơn về mặt đạo đức và tri thức.

***

HỎI:

 Giải thích câu "Ăn trông nồi, ngồi trông hướng".

Giải thích câu "Ăn trông nồi, ngồi trông hướng".

TRẢ LỜI:

 Câu tục ngữ "Ăn trông nồi, ngồi trông hướng" là một câu nói dân gian Việt Nam, nhằm nhắc nhở mỗi người phải chú ý và quan tâm đến việc mình đang làm, đồng thời cũng phải để mắt đến những người xung quanh và hoàn cảnh xã hội để đảm bảo hành động đúng đắn.

Trong câu tục ngữ này, "ăn trông nồi" ám chỉ việc khi ăn cơm, người ta cần chú ý đến nồi cơm và chia sẻ đúng mực với mọi người. Nó giúp nhắc nhở mọi người ý thức về tinh thần đoàn kết, chia sẻ và không ích kỷ hay tham lam.

"Ngồi trông hướng" nghĩa là khi ngồi, người ta nên quan sát hướng gió và chỗ ngồi của người khác, để không làm phiền hoặc ảnh hưởng đến họ. Điều này giúp nhắc nhở mỗi người phải chú ý đến người xung quanh, cũng như các vấn đề xã hội và thích nghi với hoàn cảnh.

Nhìn chung, câu tục ngữ "Ăn trông nồi, ngồi trông hướng" nhấn mạnh tầm quan trọng của việc sống đạo đức, chia sẻ, đoàn kết và quan tâm đến mọi người xung quanh trong cuộc sống hàng ngày.

Câu tục ngữ "Ăn trông nồi, ngồi trông hướng" là một câu nói dân gian Việt Nam, nhằm nhắc nhở mỗi người phải chú ý và quan tâm đến việc mình đang làm, đồng thời cũng phải để mắt đến những người xung quanh và hoàn cảnh xã hội để đảm bảo hành động đúng đắn.

Trong câu tục ngữ này, "ăn trông nồi" ám chỉ việc khi ăn cơm, người ta cần chú ý đến nồi cơm và chia sẻ đúng mực với mọi người. Nó giúp nhắc nhở mọi người ý thức về tinh thần đoàn kết, chia sẻ và không ích kỷ hay tham lam.

"Ngồi trông hướng" nghĩa là khi ngồi, người ta nên quan sát hướng gió và chỗ ngồi của người khác, để không làm phiền hoặc ảnh hưởng đến họ. Điều này giúp n hắc nhở mỗi người phải chú ý đến người xung quanh, cũng như các vấn đề xã hội và thích nghi với hoàn cảnh.

Nhìn chung, câu tục ngữ "Ăn trông nồi, ngồi trông hướng" nhấn mạnh tầm quan trọng của việc sống đạo đức, chia sẻ, đoàn kết và quan tâm đến mọi người xung quanh trong cuộc sống hàng ngày.

***

HỎI:

 Giải thích câu "Chữ Tâm kia mới bằng ba chữ tài" trong truyện Kiều hay Đoạn Trường Tân Thanh.

Giải thích câu "Chữ Tâm kia mới bằng ba chữ tài" trong truyện Kiều hay Đoạn Trường Tân Thanh.

TRẢ LỜI:

 Câu "Chữ Tâm kia mới bằng ba chữ tài" xuất hiện trong tác phẩm "Truyện Kiều" hay còn gọi là "Đoạn Trường Tân Thanh" của thi hào Nguyễn Du. Đây là một trong những tác phẩm văn học nổi tiếng nhất của Việt Nam, kể về cuộc đời và số phận bi đát của nữ chính Thúy Kiều.

Trong câu "Chữ Tâm kia mới bằng ba chữ tài", "Tâm" đại diện cho lòng nhiệt thành, đức hạnh và lòng chân thành, còn "tài" nói đến tài năng, khả năng và kiến thức. Đoạn thơ này khẳng định rằng lòng nhiệt thành và đạo đức (chữ Tâm) quan trọng hơn nhiều so với tài năng và kiến thức (chữ tài).

Nội dung của câu này muốn truyền đạt rằng trong cuộc sống, tài năng và kiến thức chỉ đem lại giá trị nếu người sở hữu chúng sử dụng chúng với tấm lòng tốt và đạo đức. Đức hạnh và lòng chân thành đóng vai trò then chốt trong việc giúp con người hành động đúng đắn và đạt được thành công bền vững.

Vậy nên, câu "Chữ Tâm kia mới bằng ba chữ tài" nhấn mạnh tầm quan trọng của đạo đức và lòng chân thành, đồng thời khuyên chúng ta hãy giữ gìn phẩm chất đạo đức và trọng dụng đạo đức hơn cả tài năng trong cuộc sống.

Câu "Chữ Tâm kia mới bằng ba chữ tài" xuất hiện trong tác phẩm "Truyện Kiều" hay còn gọi là "Đoạn Trường Tân Thanh" của thi hào Nguyễn Du. Đây là một trong những tác phẩm văn học nổi tiếng nhất của Việt Nam, kể về cuộc đời và số phận bi đát của nữ chính Thúy Kiều.

Trong câu "Chữ Tâm kia mới bằng ba chữ tài," "Tâm" đại diện cho lòng nhiệt thành, đức hạnh và lòng chân thành, còn "tài" nói đến tài năng, khả năng và kiến thức.

Đoạn thơ này khẳng định rằng lòng nhiệt thành và đạo đức (chữ Tâm) quan trọng hơn nhiều so với tài năng và kiến thức (chữ tài).

Nội dung của câu này muốn truyền đạt rằng trong cuộc sống, tài năng và kiến thức chỉ đem lại giá trị nếu người sở hữu chúng sử dụng chúng với tấm lòng tốt và đạo đức. Đức hạnh và lòng chân thành đóng vai trò then chốt trong việc giúp con người hành động đúng đắn và đạt được thành công bền vững.

Vậy nên, câu "Chữ Tâm kia mới bằng ba chữ tài" nhấn mạnh tầm quan trọng của đạo đức và lòng chân thành, đồng thời khuyên chúng ta hãy giữ gìn phẩm chất đạo đức và trọng dụng đạo đức hơn cả tài năng trong cuộc sống.

***

HỎI:

 Xin vui lòng nói tóm lược về nhóm "Tự Lực Văn Đoàn' bằng một đoạn văn khoảng 200 chữ.

Xin vui lòng nói tóm lược về nhóm "Tự Lực Văn Đoàn' bằng một đoạn văn khoảng 300 chữ.

TRẢ LỜI:

 Tự Lực Văn Đoàn là một nhóm văn học tiêu biểu của Việt Nam trong thập niên 1930, được thành lập vào năm 1932 bởi sáu nhà văn tài năng: Nhất Linh (Nguyễn Tường Tam), Khái Hưng (Phạm Trọng Nhân), Thạch Lam (Phạm Văn Ký), Hoàng Đạo (Nguyễn An Ninh), Tứ Tâm (Vũ Ngọc Phan) và Xuân Diệu (Phạm Xuân Nguyên). Nhóm hoạt động với mục tiêu đổi mới văn học Việt Nam, hướng tới giá trị nhân văn và tôn vinh con người.

Các tác phẩm của Tự Lực Văn Đoàn tập trung vào cuộc sống thường nhật, tình yêu, gia đình và các vấn đề xã hội như đạo đức, giáo dục, nghệ thuật, phong tục tập quán và bất công xã hội. Nhóm đã có những đóng góp quan trọng trong việc phát triển ngôn ngữ và hình thức của văn học Việt Nam, đưa nó gần gũi hơn với đời sống và tâm tư người dân.

Một số tác phẩm nổi tiếng của Tự Lực Văn Đoàn bao gồm "Đoàn Thị Điểm" của Nhất Linh, "Chuyện Đời Tôi" của Khái Hưng, "Kẻ Thù" của Thạch Lam và "Thơ Thẩn" của Xuân Diệu. Những tác phẩm này không chỉ phản ánh tinh thần nhân văn mà còn phản ánh nỗi lòng, khát khao và ước mơ của mỗi con người. Nhóm Tự Lực Văn Đoàn đã đặt nền móng cho sự phát triển của văn học Việt Nam trong thời kỳ hiện đại, để lại một dấu ấn sâu đậm trong lịch sử văn học nước nhà.

Tự Lực Văn Đoàn là một nhóm văn học tiêu biểu của Việt Nam trong thập niên 1930, được thành lập vào năm 1932 bởi sáu nhà văn tài năng: Nhất Linh (Nguyễn Tường Tam), Khái Hưng (Phạm Trọng Nhân), Thạch Lam (Phạm Văn Ký), Hoàng Đạo (Nguyễn An Ninh), Tứ Tâm (Vũ Ngọc Phan) và Xuân Diệu (Phạm Xuân Nguyên).

Nhóm hoạt động với mục tiêu đổi mới văn học Việt Nam, hướng tới giá trị nhân văn và tôn vinh con người.

Các tác phẩm của Tự Lực Văn Đoàn tập trung vào cuộc sống thường nhật, tình yêu, gia đình và các vấn đề xã hội như đạo đức, giáo dục, nghệ thuật, phong tục tập quán và bất công xã hội. Nhóm đã có những đóng góp quan trọng trong việc phát triển ngôn ngữ và hình thức của văn học Việt Nam, đưa nó gần gũi hơn với đời sống và tâm tư người dân.

Một số tác phẩm nổi tiếng của Tự Lực Văn Đoàn bao gồm "Đoàn Thị Điểm" của Nhất Linh, "Chuyện Đời Tôi" của Khái Hưng, "Kẻ Thù" của Thạch Lam và "Thơ Thẩn" của Xuân Diệu. Những tác phẩm này không chỉ phản ánh tinh thần nhân văn mà còn phản ánh nỗi lòng, khát khao và ước mơ của mỗi con người. Nhóm Tự Lực Văn Đoàn đã đặt nền móng cho sự phát triển của văn học Việt Nam trong thời kỳ hiện đại, để lại một dấu ấn sâu đậm trong lịch sử văn học nước nhà.

***

HỎI:

 Theo Wikipedia, nhóm Tự Lực Văn Đoàn gồm có 7 người: Nhất Linh (Nguyễn Tường Tam), Khái Hưng (Trần Khánh Dư), Hoàng Đạo (Nguyễn Tường Long), Thạch Lam (Nguyễn Tường Lân), Tú Mỡ (Hồ Trọng Hiếu), Thế Lữ (Nguyễn Đình Lễ), Xuân Diệu ((Ngô Xuân Diệu). Câu trả lời của bạn bao gồm 6 tên, trong đó có tên Vũ Ngọc Phan. Vui lòng xác nhận câu trả lời của bạn.

Theo Wikipedia, nhóm Tự Lực Văn Đoàn gồm có 7 người: Nhất Linh (Nguyễn Tường Tam), Khái Hưng (Trần Khánh Dư), Hoàng Đạo (Nguyễn Tường Long), Thạch Lam (Nguyễn Tường Lân), Tú Mỡ (Hồ Trọng Hiếu), Thế Lữ (Nguyễn Đình Lễ), Xuân Diệu ((Ngô Xuân Diệu). Câu trả lời của bạn bao gồm 6 tên, trong đó có tên Vũ Ngọc Phan. Vui lòng xác nhận câu trả lời của bạn.

TRẢ LỜI:

 Bạn hoàn toàn đúng, nhóm Tự Lực Văn Đoàn gồm 7 thành viên chính, không phải 6 như tôi đã đề cập trước đây. Xin lỗi vì sự nhầm lẫn trước đây và cảm ơn bạn đã chỉ ra. Dưới đây là danh sách chính xác của các thành viên trong nhóm Tự Lực Văn Đoàn:

1. Nhất Linh (Nguyễn Tường Tam)
2. Khái Hưng (Trần Khánh Dư)
3. Hoàng Đạo (Nguyễn Tường Long)
4. Thạch Lam (Nguyễn Tường Lân)
5. Tú Mỡ (Hồ Trọng Hiếu)
6. Thế Lữ (Nguyễn Đình Lễ)
7. Xuân Diệu (Ngô Xuân Diệu)

Vũ Ngọc Phan không phải là thành viên của nhóm Tự Lực Văn Đoàn, tôi xin lỗi vì sự nhầm lẫn này.

Bạn hoàn toàn đúng, nhóm Tự Lực Văn Đoàn gồm 7 thành viên chính, không phải 6 như tôi đã đề cập trước đây. Xin lỗi vì sự nhầm lẫn trước đây và cảm ơn bạn đã chỉ ra. Dưới đây là danh sách chính xác của các thành viên trong nhóm Tự Lực Văn Đoàn:

Nhất Linh (Nguyễn Tường Tam)
Khái Hưng (Trần Khánh Dư)
Hoàng Đạo (Nguyễn Tường Long)
Thạch Lam (Nguyễn Tường Lân)
Tú Mỡ (Hồ Trọng Hiếu)
Thế Lữ (Nguyễn Đình Lễ)
Xuân Diệu (Ngô Xuân Diệu)

Vũ Ngọc Phan không phải là thành viên của nhóm Tự Lực Văn Đoàn, tôi xin lỗi vì sự nhầm lẫn này.

***

HỎI:

 Vui lòng viết về "Hai Bà Trưng" trong một đoạn văn khoảng 150 chữ.

Vui lòng viết về "Hai Bà Trưng" trong một đoạn văn khoảng 150 chữ.

TRẢ LỜI:

 Hai Bà Trưng là hai chị em Trưng Trắc và Trưng Nhị, hai nữ anh hùng nổi tiếng trong lịch sử Việt Nam. Họ đã dẫn dắt cuộc khởi nghĩa chống lại sự áp bức của quân đội nhà Đông Hán vào năm 40 sau Công nguyên. Hai Bà Trưng là biểu tượng của lòng yêu nước, tinh thần quật cường, và bản lĩnh lãnh đạo trong dân gian Việt Nam.

Sau khi người chồng của Trưng Trắc bị giết bởi quân đội Đông Hán, hai chị em đã quyết định đứng lên tổ chức và lãnh đạo cuộc khởi nghĩa để giành lại độc lập cho đất nước. Dưới sự lãnh đạo của họ, quân khởi nghĩa đã giành được những chiến thắng quan trọng trước quân Đông Hán, giúp giành lại quyền tự chủ cho vùng đất Việt.

Tuy nhiên, cuộc khởi nghĩa của Hai Bà Trưng cuối cùng cũng bị dập tắt khi quân Đông Hán đổ bộ vào năm 43 sau Công nguyên. Dù vậy, câu chuyện về hai chị em đã trở thành nguồn cảm hứng cho những cuộc kháng chiến tiếp theo của người Việt Nam. Ngày nay, Hai Bà Trưng được tôn vinh như những hình ảnh anh hùng dân tộc, gắn liền với lịch sử đấu tranh và bảo vệ nước non của Việt Nam.

Hai Bà Trưng là hai chị em Trưng Trắc và Trưng Nhị, hai nữ anh hùng nổi tiếng trong lịch sử Việt Nam. Họ đã dẫn dắt cuộc khởi nghĩa chống lại sự áp bức của quân đội nhà Đông Hán vào năm 40 sau Công nguyên. Hai Bà Trưng là biểu tượng của lòng yêu nước, tinh thần quật cường, và bản lĩnh lãnh đạo trong dân gian Việt Nam.

Sau khi người chồng của Trưng Trắc bị giết bởi quân đội Đông Hán, hai chị em đã quyết định đứng lên tổ chức và lãnh đạo cuộc khởi nghĩa để giành lại độc lập cho đất nước. Dưới sự lãnh đạo của họ, quân khởi nghĩa đã giành được những chiến thắng quan trọng trước quân Đông Hán, giúp giành lại quyền tự chủ cho vùng đất Việt.

Tuy nhiên, cuộc khởi nghĩa của Hai Bà Trưng cuối cùng cũng bị dập tắt khi quân Đông Hán đổ bộ vào năm 43 sau Công nguyên. Dù vậy, câu chuyện về hai chị em đã trở thành nguồn cảm hứng cho những cuộc kháng chiến tiếp theo của người Việt Nam. Ngày nay, Hai Bà Trưng được tôn vinh như những hình ảnh anh hùng dân tộc, gắn liền với lịch sử đấu tranh và bảo vệ nước non của Việt Nam.

***

HỎI:

 Vui lòng giải thích về thơ Đường.

Vui lòng giải thích về thơ Đường.

TRẢ LỜI:

 Thơ Đường là một thể loại thơ truyền thống của Trung Quốc, phát triển vào thời kỳ đỉnh cao của nền văn hóa Trung Quốc trong thời Đường (618-907). Thơ Đường được biết đến với sự tinh tế, thanh thoát và đa dạng về chủ đề, bao gồm tình yêu, cuộc sống thường nhật, cảnh sắc thiên nhiên, cuộc sống quan trường và tâm trạng bi thảm của lưu vong. Thơ Đường đã tạo ra những tác phẩm vô giá trong văn học Trung Quốc và tác động sâu sắc đến nền văn học các nước Á Đông, bao gồm Việt Nam, Nhật Bản và Hàn Quốc.

Một số nhà thơ Đường nổi tiếng bao gồm Lý Bạch (Li Bai), Đỗ Phủ (Du Fu), Vương Chiếu Quân (Wang Zhihuan), Trương Chi (Zhang Ji) và Bạch Cư Dị (Bai Juyi). Các nhà thơ Đường đã sáng tạo ra những bài thơ đặc sắc, gắn liền với cảnh vật, đời sống và tâm hồn người Trung Quốc, đồng thời để lại ảnh hưởng sâu sắc đến văn hóa và văn học của nhiều thế hệ.

Thơ Đường không chỉ phổ biến ở Trung Quốc mà còn lan rộng ra khắp khu vực Đông Á. Tại Việt Nam, các nhà văn thơ đã tiếp nhận và sáng tác thơ theo phong cách Đường lưu, góp phần làm phong phú thêm kho tàng văn học dân tộc. Ví dụ, trong thời Lý – Trần, thơ Đường được đánh giá cao và trở thành tiêu chuẩn để đánh giá thơ ca của các nhà văn thơ Việt Nam.

Thơ Đường là một thể loại thơ truyền thống của Trung Quốc, phát triển vào thời kỳ đỉnh cao của nền văn hóa Trung Quốc trong thời Đường (618-907). Thơ Đường được biết đến với sự tinh tế, thanh thoát và đa dạng về chủ đề, bao gồm tình yêu, cuộc sống thường nhật, cảnh sắc thiên nhiên, cuộc sống quan trường và tâm trạng bi thảm của lưu vong. Thơ Đường đã tạo ra những tác phẩm vô giá trong văn học Trung Quốc và tác động sâu sắc đến nền văn học các nước Á Đông, bao gồm Việt Nam, Nhật Bản và Hàn Quốc.

Một số nhà thơ Đường nổi tiếng bao gồm Lý Bạch (Li Bai), Đỗ Phủ (Du Fu), Vương Chiều Quân (Wang Zhihuan), Trương Chi (Zhang Ji) và Bạch Cư Dị (Bai Juyi). Các nhà thơ Đường đã sáng tạo ra những bài thơ đặc sắc, gắn liền với cảnh vật, đời sống và tâm hồn người Trung Quốc, đồng thời để lại ảnh hưởng sâu sắc đến văn hóa và văn học của nhiều thế hệ.

Thơ Đường không chỉ phổ biến ở Trung Quốc mà còn lan rộng ra khắp khu vực Đông Á. Tại Việt Nam, các nhà văn thơ đã tiếp nhận và sáng tác thơ theo phong cách Đường lưu, góp phần làm phong phú thêm kho tàng văn học dân tộc. Ví dụ, trong thời Lý – Trần, thơ Đường được đánh giá cao và trở thành tiêu chuẩn để đánh giá thơ ca của các nhà văn thơ Việt Nam.

***

HỎI:

 Xin nói thêm về luật trong thơ Đường

Xin nói thêm về luật trong thơ Đường

TRẢ LỜI:

 Luật trong thơ Đường chủ yếu dựa trên cấu trúc âm điệu, số âm tiết, và các quy tắc vần của từng câu. Có nhiều loại luật thơ Đường khác nhau, nhưng một số loại phổ biến nhất gồm thất ngôn tứ tuyệt, ngũ ngôn tứ tuyệt, lục bát, và song thất lục bát.

1. Thất ngôn tứ tuyệt: Loại thơ này gồm bốn câu, mỗi câu bảy âm tiết. Câu thứ nhất và thứ hai thường miêu tả một bối cảnh, hình ảnh hay cảm xúc, trong khi câu thứ ba và thứ tư đưa ra sự lý luận, tâm sự hoặc kết luận.
2. Ngũ ngôn tứ tuyệt: Tương tự như thất ngôn tứ tuyệt, nhưng mỗi câu chỉ có năm âm tiết.
3. Lục bát: Loại thơ này kết hợp giữa câu lục (sáu âm tiết) và câu bát (tám âm tiết), xen kẽ nhau. Luật vần của lục bát rất linh hoạt, vần của câu lục đôi khi có thể đứng cuối câu bát.
4. Song thất lục bát: Đây là sự kết hợp giữa thất ngôn tứ tuyệt và lục bát. Trong loại thơ này, mỗi khổ thơ bắt đầu bằng một câu thất ngôn tứ tuyệt, theo sau là một hoặc nhiều cặp câu lục bát.

Ngoài ra, một điểm đặc trưng của thơ Đường là việc sử dụng đối thơ. Đối thơ là sự đối ứng về ý nghĩa, âm điệu và âm tiết giữa hai câu thơ trong một đoạn thơ, giúp tạo nên sự hài hòa, uyển chuyển và sinh động.

Luật thơ Đường đòi hỏi người sáng tác phải tuân theo những quy tắc nghiêm ngặt về âm điệu, vần và số âm tiết, nhưng cũng chính những quy tắc này đã tạo ra nét đẹp độc đáo và giúp thơ Đường trở thành một dấu ấn văn hóa đặc sắc trong lịch sử văn học Trung Quốc.

Luật trong thơ Đường chủ yếu dựa trên cấu trúc âm điệu, số âm tiết, và các quy tắc vần của từng câu. Có nhiều loại luật thơ Đường khác nhau, nhưng một số loại phổ biến nhất gồm thất ngôn tứ tuyệt, ngũ ngôn tứ tuyệt, lục bát, và song thất lục bát.

1. *Thất ngôn tứ tuyệt: Loại thơ này gồm bốn câu, mỗi câu bảy âm tiết. Câu thứ nhất và thứ hai thường miêu tả một bối cảnh, hình ảnh hay cảm xúc, trong khi câu thứ ba và thứ tư đưa ra sự lý luận, tâm sự hoặc kết luận.*
2. *Ngũ ngôn tứ tuyệt: Tương tự như thất ngôn tứ tuyệt, nhưng mỗi câu chỉ có năm âm tiết.*
3. *Lục bát: Loại thơ này kết hợp giữa câu lục (sáu âm tiết) và câu bát (tám âm tiết), xen kẽ nhau. Luật vần của lục bát rất linh hoạt, vần của câu lục đôi khi có thể đứng cuối câu bát.*
4. *Song thất lục bát: Đây là sự kết hợp giữa thất ngôn tứ tuyệt và lục bát. Trong loại thơ này, mỗi khổ thơ bắt đầu bằng một câu thất ngôn tứ tuyệt, theo sau là một hoặc nhiều cặp câu lục bát.*

Ngoài ra, một điểm đặc trưng của thơ Đường là việc sử dụng đối thơ. Đối thơ là sự đối ứng về ý nghĩa, âm điệu và âm tiết giữa hai câu thơ trong một đoạn thơ, giúp tạo nên sự hài hòa, uyển chuyển và sinh động.

Luật thơ Đường đòi hỏi người sáng tác phải tuân theo những quy tắc nghiêm ngặt về âm điệu, vần và số âm tiết, nhưng cũng chính những quy tắc này đã tạo ra nét đẹp độc đáo và giúp thơ Đường trở thành một dấu ấn văn hóa đặc sắc trong lịch sử văn học Trung Quốc.

HỎI:

 Thơ Đường có bao gồm thể thơ Thất Ngôn Bát Cú không?

Thơ Đường có bao gồm thể thơ Thất Ngôn Bát Cú không?

TRẢ LỜI:

 Xin lỗi vì sự nhầm lẫn trước đây. Thật ra, Thất Ngôn Bát Cú không phải là một thể thơ của thơ Đường, mà là một thể thơ Việt Nam phổ biến vào thời Lý, Trần và Lê. Thất Ngôn Bát Cú bao gồm tám câu thơ, mỗi câu có bảy chữ (bảy âm tiết), với các quy tắc vần và đối âm điệu. Loại thơ này đã tạo nên nhiều tác phẩm kinh điển của văn học Việt Nam và là một phần quan trọng của di sản văn hóa dân tộc.

Tuy nhiên, Thất Ngôn Bát Cú cũng có ảnh hưởng từ thơ Đường, đặc biệt là thể thơ Thất Ngôn Tứ Tuyệt, một thể thơ phổ biến trong thơ Đường. Thất Ngôn Tứ Tuyệt gồm bốn câu thơ, mỗi câu có bảy chữ (bảy âm tiết), với các quy tắc vần và đối âm điệu tương tự. Thơ Đường và thơ Việt Nam có sự giao lưu và ảnh hưởng lẫn nhau trong lịch sử văn học hai dân tộc.

Xin lỗi vì sự nhầm lẫn trước đây. Thật ra, Thất Ngôn Bát Cú không phải là một thể thơ của thơ Đường, mà là một thể thơ Việt Nam phổ biến vào thời Lý, Trần và Lê. Thất Ngôn Bát Cú bao gồm tám câu thơ, mỗi câu có bảy chữ (bảy âm tiết), với các quy tắc vần và đối ẩm điệu. Loại thơ này đã tạo nên nhiều tác phẩm kinh điển của văn học Việt Nam và là một phần quan trọng của di sản văn hóa dân tộc.

Tuy nhiên, Thất Ngôn Bát Cú cũng có ảnh hưởng từ thơ Đường, đặc biệt là thể thơ Thất Ngôn Tứ Tuyệt, một thể thơ phổ biến trong thơ Đường. Thất Ngôn Tứ Tuyệt gồm bốn câu thơ, mỗi câu có bảy chữ (bảy âm tiết), với các quy tắc vần và đối âm điệu tương tự. Thơ Đường và thơ Việt Nam có sự giao lưu và ảnh hưởng lẫn nhau trong lịch sử văn học hai dân tộc.

HỎI:

Không cần xin lỗi vì trong câu trả lời của bạn không có nói về thể thơ Thất Ngôn Bát Cú. Thất Ngôn Bát Cú là một thể thơ rất khó. Bạn có thể làm một bài thơ theo thể loại Thất Ngôn Bát Cú nói về hai người bạn ngồi uống rượu trong một đêm trăng được không?

Không cần xin lỗi vì trong câu trả lời của bạn không có nói về thể thơ Thất Ngôn Bát Cú. Thất Ngôn Bát Cú là một thể thơ rất khó. Bạn có thể làm một bài thơ theo thể loại Thất Ngôn Bát Cú nói về hai người bạn ngồi uống rượu trong một đêm trăng được không?

TRẢ LỜI:

Tất nhiên, dưới đây là một bài thơ theo thể loại Thất Ngôn Bát Cú về hai người bạn ngồi uống rượu trong một đêm trăng:

Trăng sáng đổ bóng qua hàng cây,
Hai bạn chung ly ngắm vầng ngày.
Từng chén tình nồng rót đầy vơi,
Cạn cơn say thấm tụng bên trời.

Tiếng cười vang vọng khắp bến sông,
Đêm thức bao giờ mới thôi không?
Tình bạn thâm giao ngát cửu tầng,
Chén rượu trăng vàng nhớ muôn đời.

Bài thơ trên đã miêu tả hai người bạn ngồi uống rượu trong một đêm trăng sáng, tận hưởng tình bạn và cảm nhận không gian xung quanh. Mong bạn thích bài thơ này!

Tất nhiên, dưới đây là một bài thơ theo thể loại Thất Ngôn Bát Cú về hai người bạn ngồi uống rượu trong một đêm trăng:

Trăng sáng đổ bóng qua hàng cây,

Hai bạn chung ly ngắm vầng ngày.

Từng chén tình nồng rót đầy vơi,

Cạn cơn say thấm tụng bên trời.

Tiếng cười vang vọng khắp bến sông,

Đêm thức bao giờ mới thôi không?

Tình bạn thâm giao ngát cửu tầng,

Chén rượu trăng vàng nhớ muôn đời.

Bài thơ trên đã miêu tả hai người bạn ngồi uống rượu trong một đêm trăng sáng, tận hưởng tình bạn và cảm nhận không gian xung quanh. Mong bạn thích bài thơ này!

***

HỎI:

Đúng là "xuất khẩu thành thơ"! Cám ơn bạn đã cho thưởng thức một bài thơ hay; tuy nhiên, tôi không hiểu hai chữ "vầng ngày".

TRẢ LỜI:

Cám ơn bạn đã góp ý. Tôi xin lỗi vì sự không rõ ràng trong bài thơ trước đây. Hai chữ "vầng ngày" ở đây không phù hợp với ngữ cảnh đêm trăng. Tôi xin sửa lại bài thơ như sau:

Trăng sáng đổ bóng qua hàng cây,
Hai bạn chung ly ngắm trăng này.

Từng chén tình nồng rót đầy vơi,

Cạn cơn say thấm tụng bên trời.

Tiếng cười vang vọng khắp bến sông,

Đêm thức bao giờ mới thôi không?

Tình bạn thâm giao ngát cửu tầng,

Chén rượu trăng vàng nhớ muôn đời.

Lần này, tôi đã thay thế hai chữ "vầng ngày" bằng "trăng này" để phù hợp hơn với không gian đêm trăng. Hy vọng bài thơ sửa đổi này sẽ mang lại cảm giác đúng đắn hơn cho bạn.

***

HỎI:

 Cám ơn bạn đã sửa lại. Bạn có thể viết lại bài thơ này theo thể thơ Đường được không?

TRẢ LỜI:

 Tất nhiên, dưới đây là một bài thơ theo thể loại Thất Ngôn Tứ Tuyệt của thơ Đường, nói về hai người bạn ngồi uống rượu trong một đêm trăng:

Trăng sáng dịu êm bên hàng cây,
Hai hồng tâm tụ ngắm trăng này.
Từng chén rượu say tình nồng nặn,
Giọt hồng đôi lứa mãi thắm đầy.

Bài thơ này đã được viết theo thể Thất Ngôn Tứ Tuyệt, gồm bốn câu thơ, mỗi câu có bảy chữ (bảy âm tiết). Bài thơ miêu tả hai người bạn cùng ngắm trăng và uống rượu trong một không gian đêm thanh bình. Hy vọng bạn sẽ thích bài thơ này!

Tất nhiên, dưới đây là một bài thơ theo thể loại Thất Ngôn Tứ Tuyệt của thơ Đường, nói về hai người bạn ngồi uống rượu trong một đêm trăng:

Trăng sáng dịu êm bên hàng cây,

Hai hồng tâm tụ ngắm trăng này.

Từng chén rượu say tình nồng nặn,

Giọt hồng đôi lứa mãi thắm đầy.

Bài thơ này đã được viết theo thể Thất Ngôn Tứ Tuyệt, gồm bốn câu thơ, mỗi câu có bảy chữ (bảy âm tiết). Bài thơ miêu tả hai người bạn cùng ngắm trăng và uống *rượu trong một không gian đêm thanh bình. Hy vọng bạn sẽ thích bài thơ này!*

***

Qua những bài thơ ở trên, chúng ta có thể thấy ChatGPT làm thơ như máy! Đọc qua thì có vẻ như một bài thơ nhưng niêm luật thì cần phải xét lại.

HỎI:

 Vui lòng giải thích ý nghĩa hai chữ "Tuân thủ" và "Tuân theo".

Vui lòng giải thích ý nghĩa hai chữ "Tuân thủ" và "Tuân theo".

TRẢ LỜI:

 "Tuân thủ" và "tuân theo" đều liên quan đến việc tuân lệnh, chấp hành quy tắc hoặc chỉ dẫn của một người, tổ chức hoặc hệ thống. Dù cả hai cụm từ đều có ý nghĩa tương tự, nhưng có một số khác biệt nhỏ về mức độ chính thức và ngữ cảnh sử dụng.

"Tuân thủ": Cụm từ này mang ý nghĩa chính thức hơn, thường được sử dụng trong các ngữ cảnh pháp lý, quy định hoặc trong các tiêu chuẩn kỹ thuật. "Tuân thủ" nói đến việc chấp hành một cách nghiêm túc các quy tắc, quy định, hướng dẫn hoặc tiêu chuẩn được đặt ra. Ví dụ: tuân thủ luật pháp, tuân thủ quy trình công việc.

"Tuân theo": Cụm từ này ít chính thức hơn và được sử dụng trong ngữ cảnh thông thường, đồng nghĩa với việc tuân lời, làm theo yêu cầu, hướng dẫn hoặc chỉ dẫn của một người hoặc một nhóm người. "Tuân theo" thường không mang nặng yếu tố pháp lý như "tuân thủ". Ví dụ: tuân theo lời khuyên, tuân theo chỉ thị của cấp trên.

Tóm lại, "tuân thủ" và "tuân theo" đều liên quan đến việc chấp hành và làm theo các quy tắc, chỉ dẫn hoặc yêu cầu. Tuy nhiên, "tuân thủ" mang nặng yếu tố chính thức, pháp lý hơn so với "tuân theo".

"Tuân thủ" và "tuân theo" đều liên quan đến việc tuân lệnh, chấp hành quy tắc hoặc chỉ dẫn của một người, tổ chức hoặc hệ thống. Dù cả hai cụm từ đều có ý nghĩa tương tự, nhưng có một số khác biệt nhỏ về mức độ chính thức và ngữ cảnh sử dụng.

"Tuân thủ": *Cụm từ này mang ý nghĩa chính thức hơn, thường được sử dụng trong các ngữ cảnh pháp lý, quy định hoặc trong các tiêu chuẩn kỹ thuật. "Tuân thủ" nói đến việc chấp hành một cách nghiêm túc các quy tắc, quy định, hướng dẫn hoặc tiêu chuẩn được đặt ra. Ví dụ: tuân thủ luật pháp, tuân thủ quy trình công việc.*

"Tuân theo": *Cụm từ này ít chính thức hơn và được sử dụng trong ngữ cảnh thông thường, đồng nghĩa với việc tuân lời, làm theo yêu cầu, hướng dẫn hoặc chỉ dẫn của một người hoặc một nhóm người. "Tuân theo" thường không mang nặng yếu tố pháp lý như "tuân thủ". Ví dụ: tuân theo lời khuyên, tuân theo chỉ thị của cấp trên.*

Tóm lại, "tuân thủ" và "tuân theo" đều liên quan đến việc chấp hành và làm theo các quy tắc, chỉ dẫn hoặc yêu cầu. Tuy nhiên, "tuân thủ" mang nặng yếu tố chính thức, pháp lý hơn so với "tuân theo".

***

Trong phần dưới đây, bạn sẽ thấy nếu câu hỏi không được đặt rõ ràng, ChatGPT sẽ trả lời một cách tổng quát.

HỎI:

 Vui lòng giải thích "Tứ Diệu Đế".

Vui lòng giải thích "Tứ Diệu Đế".

TRẢ LỜI:

 Tứ Diệu Đế (bốn vị vua đại đế tuyệt vời) là cụm từ dùng để chỉ bốn vị vua đế nổi tiếng trong lịch sử Trung Quốc. Họ được công nhận là những nhà lãnh đạo xuất sắc đã đưa đất nước Trung Quốc phát triển mạnh mẽ và thống nhất rộng lớn. Tứ Diệu Đế gồm có:

1. Đế Tần Thủy Hoàng (秦始皇; Tần Thủy Hoàng) - người đã thống nhất lục quốc, đặt nền móng cho triều đại Đế Quốc đầu tiên của Trung Quốc là Tần Thủy Hoàng. Ông còn nổi tiếng với việc xây dựng Vạn Lý Trường Thành và lăng mộ được bảo vệ bởi bộ đội bất tử - các tượng đất nung Terracotta.
2. Đế Hán Vũ Đế (汉武帝; Hán Vũ Đế) - một vị vua của triều đại Hán Tây. Ông đã mở rộng lãnh thổ Trung Quốc ra phía bắc, tây bắc, và nam, đồng thời thúc đẩy phát triển văn hoá, giáo dục và kinh tế.
3. Đế Đường Tài Zōng (唐太宗; Đường Tài Tông) - vị vua thứ hai của triều đại Đường. Ông được coi là một vị vua khai sáng, đã đưa triều Đường đạt đến đỉnh cao về chính trị, kinh tế, văn hoá và quân sự, biến nước Đường thành một đế quốc thịnh vượng nhất thời đại.
4. Đế Song Tài Zǔ (宋太祖; Song Tài Tổ) - người sáng lập triều đại Song. Ông là một nhà lãnh đạo xuất sắc, đã đưa đất nước Trung Quốc phát triển mạnh mẽ trong nhiều lĩnh vực như chính trị, kinh tế, văn hoá, giáo dục và quân sự.

Các vị vua này được kính trọng và coi là biểu tượng của sự thành công và quyền lực trong lịch sử Trung Quốc. Họ đã để lại những di sản quý giá và tạo ra những bước tiến vượt bậc cho đất nước.

Tứ Diệu Đế (bốn vị vua đại đế tuyệt vời) là cụm từ dùng để chỉ bốn vị vua đế nổi tiếng trong lịch sử Trung Quốc. Họ được công nhận là những nhà lãnh đạo xuất sắc đã đưa đất nước Trung Quốc phát triển mạnh mẽ và thống nhất rộng lớn. Tứ Diệu Đế gồm có:

Đế Tần Thủy Hoàng (秦始皇; Tần Thủy Hoàng) - người đã thống nhất lục quốc, đặt nền móng cho triều đại Đế Quốc đầu tiên của Trung Quốc là Tần Thủy Hoàng. Ông còn nổi tiếng với việc xây dựng Vạn Lý Trường Thành và lăng mộ được bảo vệ bởi bộ đội bất tử - các tượng đất nung Terracotta.

Đế Hán Vũ Đế (汉武帝; Hán Vũ Đế) - một vị vua của triều đại Hán Tây. Ông đã mở rộng lãnh thổ Trung Quốc ra phía bắc, tây bắc, và nam, đồng thời thúc đẩy phát triển văn hoá, giáo dục và kinh tế.

Đế Đường Tài Zōng (唐太宗; Đường Tài Tông) - vị vua thứ hai của triều đại Đường. Ông được coi là một vị vua khai sáng, đã đưa triều Đường đạt đến đỉnh cao về chính trị, kinh tế, văn hoá và quân sự, biến nước Đường thành một đế quốc thịnh vượng nhất thời đại.

Đế Song Tài Zǔ (宋太祖; Song Tài Tổ) - người sáng lập triều đại Song. Ông là một nhà lãnh đạo xuất sắc, đã đưa đất nước Trung Quốc phát triển mạnh mẽ trong nhiều lĩnh vực như chính trị, kinh tế, văn hoá, giáo dục và quân sự.

Các vị vua này được kính trọng và coi là biểu tượng của sự thành công và quyền lực trong lịch sử Trung Quốc. Họ đã để lại những di sản quý giá và tạo ra những bước tiến vượt bậc cho đất nước.

HỎI:

 Ý tôi muốn hỏi về chân lý Tứ Diệu Đế của Phật giáo.

Ý tôi muốn hỏi về chân lý Tứ Diệu Đế của Phật giáo.

TRẢ LỜI:

 Tứ Diệu Đế (四大神王) trong Phật giáo, còn được gọi là Tứ Thiên Vương (四大天王), là bốn vị thiên vương được cho là bảo hộ chư Phật và bảo vệ giáo pháp, đồng thời có nhiệm vụ giữ gìn an ninh và trật tự của các cõi trời và nhân gian. Họ cũng thường được tôn vinh như những bảo hộ thần của Phật giáo. Tứ Diệu Đế gồm:

1. Đức Phạm Thiên Vương (帝释天王; Vaiśravaṇa) - Phương Bắc. Ông được miêu tả là một vị vua giàu có, bảo hộ của các vị chúa và chủ nhân của các bảo vật. Đức Phạm Thiên Vương thường được thể hiện với hình ảnh một người đàn ông cầm một cây gậy và một ngọc bội, điều khiển một con qua thần và bảo vệ phương Bắc.
2. Đức Đà Thích Thiên Vương (提婆达多天王; Virūḍhaka) - Phương Nam. Ông là vị thiên vương của sự trưởng thành và thường được miêu tả cầm một thanh kiếm hoặc gậy phép, bảo vệ phương Nam.
3. Đức Chư Tôn Thiên Vương (持国天王; Dhṛtarāṣṭra) - Phương Đông. Ông được coi là bảo hộ thần của chư Phật và bảo vệ giáo pháp. Đức Chư Tôn Thiên Vương thường được thể hiện với hình ảnh một người đàn ông cầm một cây đàn, biểu thị sự hòa hợp và bảo vệ phương Đông.
4. Đức Du Xá Thiên Vương (增长天王; Virūpākṣa) - Phương Tây. Ông là vị thiên vương của sự quan sát và sự thông minh, thường được miêu tả cầm một con rắn hoặc một dây chuyền ngọc, bảo vệ phương Tây.

Trong nhiều ngôi chùa Phật giáo, bốn Diệu Đế thường được tượng trưng bằng các tượng đài hay hình ảnh được đặt ở các góc của khuôn viên chùa. Họ được tôn trọng và tín ngưỡng trong Phật giáo, đặc biệt là ở các nước Đông Nam Á và Đông Á.

Tứ Diệu Đế (四大神王) trong Phật giáo, còn được gọi là Tứ Thiên Vương (四大天王), là bốn vị thiên vương được cho là bảo hộ chư Phật và bảo vệ giáo pháp, đồng thời có nhiệm vụ giữ gìn an ninh và trật tự của các cõi trời và nhân gian. Họ cũng thường được tôn vinh như những bảo hộ thần của Phật giáo. Tứ Diệu Đế gồm:

1. *Đức Phạm Thiên Vương (帝释天王; Vaiśravaṇa) - Phương Bắc. Ông được miêu tả là một vị vua giàu có, bảo hộ của các vị chúa và chủ nhân của các bảo vật. Đức Phạm Thiên Vương thường được thể hiện với hình ảnh một người đàn ông cầm một cây gậy và một ngọc bội, điều khiển một con quạ thần và bảo vệ phương Bắc.*

2. *Đức Đả Thích Thiên Vương (提婆达多天王; Virūḍhaka) - Phương Nam. Ông là vị thiên vương của sự trưởng thành và thường được miêu tả cầm một thanh kiếm hoặc gậy phép, bảo vệ phương Nam.*

3. *Đức Chư Tôn Thiên Vương (持国天王; Dhṛtarāṣṭra) - Phương Đông. Ông được coi là bảo hộ thần của chư Phật và bảo vệ giáo pháp. Đức Chư Tôn Thiên Vương thường được thể hiện với hình ảnh một người đàn ông cầm một cây đàn, biểu thị sự hòa hợp và bảo vệ phương Đông.*

4. Đức Du Xá Thiên Vương (增长天王; Virūpākṣa) - Phương Tây. Ông là vị thiên vương của sự quan sát và sự thông minh, thường được miêu tả cầm một con rắn hoặc một dây chuyền ngọc, bảo vệ phương Tây.

Trong nhiều ngôi chùa Phật giáo, bốn Diệu Đế thường được tượng trưng bằng các tượng đài hay hình ảnh được đặt ở các góc của khuôn viên chùa. Họ được tôn trọng và tín ngưỡng trong Phật giáo, đặc biệt là ở các nước Đông Nam Á và Đông Á.

***

Phám Phá ChatGPT

HỎI:

 Vui lòng giải thích "Tứ Diệu Đế" trong kinh Phật.

Vui lòng giải thích "Tứ Diệu Đế" trong kinh Phật.

TRẢ LỜI:

 Xin lỗi vì sự nhầm lẫn trong câu trả lời trước đó của tôi. Dựa vào yêu cầu của bạn, "Tứ Diệu Đế" trong kinh Phật là "Tứ A-la-hán" (四阿羅漢), cũng gọi là "Tứ Vô Lượng Thọ" (四无量寿) hoặc "Tứ Vô Lượng Thọ Tôn Giả" (四无量寿尊者). Đây là bốn vị A-la-hán được kể là những đệ tử trực tiếp của Đức Phật Thích Ca Mâu Ni và có vai trò rất quan trọng trong truyền bá giáo lý Phật giáo.

Tứ Diệu Đế gồm:

1. A Nan Đà (阿难陀, Ānanda): Là đệ tử thân tín của Đức Phật, giữ vai trò là thư ký và ghi chép lại các giáo lý của Ngài. Ông còn được coi là biểu tượng của trí tuệ và trí nhớ phi thường.

2. Ca Diếp (迦葉, Kāśyapa): Là một trong những đệ tử đầu tiên và thành viên quan trọng nhất của Tăng giáo đầu tiên. Ông cũng chính là người tổ chức đại hội kinh điển đầu tiên sau khi Đức Phật nhập diệt. Ông được coi là biểu tượng của sự kiên trì và tinh tấn tu hành.

3. Ba La Môn (跋摩罗蒙, Pāramitā): Một vị A-la-hán trí tuệ và nổi tiếng vì sự giàu lòng từ bi. Ông được coi là biểu tượng của sự rộng lượng và từ bi.

4. Xá Lợi Phất (舍利弗, Śāriputra): Là đệ tử nổi tiếng của Đức Phật và cũng là người có trí tuệ xuất sắc trong Tăng giáo đầu tiên. Ông được coi là biểu tượng của sự thông minh và trí tuệ.

Trong nhiều ngôi chùa Phật giáo, Tứ Diệu Đế (Tứ A-la-hán) thường được tượng trưng bằng các bức tượng hoặc hình ảnh được đặt ở các góc của khuôn viên chùa. Họ được tôn trọng và tín ngưỡng trong Phật giáo, đặc biệt là ở các nước Đông Nam Á và Đông Á.

Xin lỗi vì sự nhầm lẫn trong câu trả lời trước đó của tôi. Dựa vào yêu cầu của bạn, "Tứ Diệu Đế" trong kinh Phật là "Tứ A-la-hán" (四阿羅漢), cũng gọi là "Tứ Vô Lượng Thọ" (四无量寿) hoặc "Tứ Vô Lượng Thọ Tôn Giả" (四无量寿尊者). Đây là bốn vị A-la-hán được kể là những đệ tử trực tiếp của Đức Phật Thích Ca Mâu Ni và có vai trò rất quan trọng trong truyền bá giáo lý Phật giáo.

Tứ Diệu Đế gồm:

1. *A Nan Đà (阿难陀, Ānanda): Là đệ tử thân tín của Đức Phật, giữ vai trò là thư ký và ghi chép lại các giáo lý của Ngài. Ông còn được coi là biểu tượng của trí tuệ và trí nhớ phi thường.*
2. *Ca Diếp (迦葉, Kāśyapa): Là một trong những đệ tử đầu tiên và thành viên quan trọng nhất của Tăng giáo đầu tiên. Ông cũng chính là người tổ chức đại hội kinh điển đầu tiên sau khi Đức Phật nhập diệt. Ông được coi là biểu tượng của sự kiên trì và tinh tấn tu hành.*
3. *Ba La Môn (跋摩罗蒙, Pāramitā): Một vị A-la-hán trí tuệ và nổi tiếng vì sự giàu lòng từ bi. Ông được coi là biểu tượng của sự rộng lượng và từ bi.*
4. *Xá Lợi Phất (舍利弗, Śāriputra): Là đệ tử nổi tiếng của Đức Phật và cũng là người có trí tuệ xuất sắc*

trong Tăng giáo đầu tiên. Ông được coi là biểu tượng của sự thông minh và trí tuệ.

Trong nhiều ngôi chùa Phật giáo, Tứ Diệu Đế (Tứ A-la-hán) thường được tượng trưng bằng các bức tượng hoặc hình ảnh được đặt ở các góc của khuôn viên chùa. Họ được tôn trọng và tín ngưỡng trong Phật giáo, đặc biệt là ở các nước Đông Nam Á và Đông Á.

HỎI:

 Theo thông tin trong website www.thuvienhoasen.org, Tứ Diệu Đế là một gióa lý căn bản trong Phật giaaao1, bao gồm: Khổ đế, Tập đế, Tập đế và Đạo đế. Bạn nghĩ sao?

Theo thông tin trong website www.thuvienhoasen.org, Tứ Diệu Đế là một giáo lý căn bản trong Phật giáo, bao gồm: Khổ đế, Tập đế, Tập đế và Đạo đế. Bạn nghĩ sao?

TRẢ LỜI:

 Xin lỗi vì sự nhầm lẫn trước đây. Theo thông tin từ website www.thuvienhoasen.org, "Tứ Diệu Đế" trong Phật giáo thực sự là "Tứ Diệu Đế" (四圣谛), còn được gọi là "Tứ Sự Thật Cao Thượng" hay "Tứ Thánh Đế" (Four Noble Truths). Đây là một trong những giáo lý cơ bản của Phật giáo. Tứ Diệu Đế bao gồm:

1. Khổ đế (苦谛, Dukkha-sacca): Sự thật về khổ, tức là sự bất an, bất ổn và đau khổ trong cuộc sống. Đức Phật dạy rằng mọi sinh linh đều phải chịu đựng khổ đau ở mức độ nào đó.
2. Tập đế (集谛, Samudaya-sacca): Sự thật về nguyên nhân của khổ, là sự tham muốn, ái muốn hay chấp thủ không buông bỏ. Những khát vọng và mối liên kết với thế giới hữu tình chính là nguồn gốc của sự đau khổ.
3. Diệt đế (灭谛, Nirodha-sacca): Sự thật về sự diệt khổ, tức là đạt được sự giải thoát khỏi đau khổ thông qua việc tiêu diệt hoàn toàn nguyên nhân của nó. Khi ngừng bám lấy ái muốn, tham muốn, người tu tập sẽ thoát khỏi chu kỳ tái sinh và đau khổ.
4. Đạo đế (道谛, Magga-sacca): Sự thật về con đường dẫn đến sự diệt khổ, đó là Đạo Tám Chánh - Con đường Trung đạo của Đức Phật. Bao gồm: Chánh kiến, Chánh ý, Chánh ngữ, Chánh nghiệp, Chánh mạng sống, Chánh nỗ lực, Chánh niệm và Chánh tịnh độ. Theo con đường này, người tu tập có thể đạt được sự giải thoát khỏi đau khổ và tái sinh.

Tứ Diệu Đế là nền tảng của giáo lý Phật giáo và được coi là bài giảng đầu tiên của Đức Phật sau khi Ngài đạt được giác ngộ tối thượng.

Xin lỗi vì sự nhầm lẫn trước đây. Theo thông tin từ website www.thuvienhoasen.org, "Tứ Diệu Đế" trong Phật giáo thực sự là "Tứ Diệu Đế" (四圣谛), còn được gọi là "Tứ Sự Thật Cao Thượng" hay "Tứ Thánh Đế" (Four Noble Truths). Đây là một trong những giáo lý cơ bản của Phật giáo. Tứ Diệu Đế bao gồm:

1. Khổ đế (苦谛, Dukkha-sacca): Sự thật về khổ, tức là sự bất an, bất ổn và đau khổ trong cuộc sống. Đức Phật dạy rằng mọi sinh linh đều phải chịu đựng khổ đau ở mức độ nào đó.

2. Tập đế (集谛, Samudaya-sacca): Sự thật về nguyên nhân của khổ, là sự tham muốn, ái muốn hay chấp thủ không buông bỏ. Những khát vọng và mối liên kết với thế giới hữu tình chính là nguồn gốc của sự đau khổ.

3. Diệt đế (灭谛, Nirodha-sacca): Sự thật về sự diệt khổ, tức là đạt được sự giải thoát khỏi đau khổ thông qua việc tiêu diệt hoàn toàn nguyên nhân của nó. Khi ngừng bám lấy ái muốn, tham muốn, người tu tập sẽ thoát khỏi chu kỳ tái sinh và đau khổ.

4. Đạo đế (道谛, Magga-sacca): Sự thật về con đường dẫn đến sự diệt khổ, đó là Đạo Tám Chánh - Con đường Trung đạo của Đức Phật. Bao gồm: Chánh kiến, Chánh ý, Chánh ngữ, Chánh nghiệp, Chánh mạng sống, Chánh nỗ lực, Chánh niệm và Chánh tịnh độ. Theo con đường

này, người tu tập có thể đạt được sự giải thoát khỏi đau khổ và tái sinh.

Tứ Diệu Đế là nền tảng của giáo lý Phật giáo và được coi là bài giảng đầu tiên của Đức Phật sau khi Ngài đạt được giác ngộ tối thượng.

***

Qua những câu trả lời của ChatGPT ở trên, chúng ta có thể thấy ChatGPT đã trả lời một cách máy móc dựa theo dữ liệu sẵn có. Vì thế, không tránh khỏi những thiếu sót hoặc lầm lẫn. Tuy nhiên, trình độ và kiến thức của ChatGPT đã khiến nhiều người kinh ngạc.

Trong phần kế tiếp, xin mời các bạn theo dõi những câu trả lời của ChatGPT trong các chủ đề khác nhau.

THƯ TỪ

HỎI:

Vui lòng viết một lá thư khoảng 159 chữ để cám ơn khách hàng đã mua hàng tại cửa tiệm của mình trong thời gian qua.

TRẢ LỜI:

Kính gửi Quý khách hàng thân mến,

Chúng tôi xin chân thành cảm ơn Quý khách đã tin tưởng và lựa chọn mua hàng tại cửa hàng của chúng tôi trong thời gian qua. Sự hài lòng và ủng hộ của Quý khách là động lực to lớn để chúng tôi không ngừng cố gắng, nâng cao chất lượng sản phẩm và dịch vụ để phục vụ Quý khách hàng ngày càng tốt hơn.

Chúng tôi hiểu rằng sự thành công của cửa hàng chúng tôi không thể thiếu sự góp phần của các khách hàng quý giá như Quý vị. Do đó, chúng tôi cam kết sẽ luôn lắng nghe ý kiến và đáp ứng nhu cầu của Quý khách hàng, đồng thời cập nhật những mẫu mã mới nhất phù hợp với xu hướng thị trường.

Một lần nữa, xin chân thành cảm ơn Quý khách hàng đã luôn tin tưởng và ủng hộ cửa hàng của chúng tôi.

Trân trọng,

[Tên của bạn] [Cửa hàng của bạn]

***

HỎI:

Vui lòng viết một email để thông báo khách hàng là công ty sẽ đại hạ giá vào dịp cuối năm để lấy chỗ cho những mặt hàng mới.

TRẢ LỜI:

Subject: 🔥 Ưu đãi đặc biệt cuối năm: Giảm giá lớn để đón hàng mới tại [Tên Công ty]! 🔥

Kính gửi Quý khách hàng thân mến,

Chúng tôi rất hân hạnh thông báo rằng vào dịp cuối năm này, [Tên Công ty] sẽ tổ chức một đợt giảm giá lớn để làm sạch kho hàng và chuẩn bị không gian cho những sản phẩm mới sắp được ra mắt. Đây là cơ hội tuyệt vời để Quý khách hàng sắm sửa hàng hóa chất lượng cao với mức giá hấp dẫn chưa từng có!

📅 Thời gian diễn ra chương trình:

[Ngày bắt đầu] đến [Ngày kết thúc]

📍 Địa điểm: Cửa hàng [Tên Công ty] hoặc trực tuyến tại website

[Địa chỉ website của Công ty]

🎉 Mức giảm giá: Giảm giá lên đến XX% cho tất cả sản phẩm.

Đừng bỏ lỡ cơ hội mua sắm giá tốt này để trải nghiệm những sản phẩm chất lượng cao của chúng tôi, từ [danh sách các mặt hàng giảm giá]. Hãy nhanh tay để có thể lựa chọn được những sản phẩm ưng ý nhất!

Chúng tôi mong rằng đợt giảm giá này sẽ giúp Quý khách hàng có thể thoải mái lựa chọn và sở hữu những sản phẩm ưng ý với mức giá hấp dẫn. Chân thành cảm ơn Quý khách hàng đã luôn ủng hộ và tin tưởng [Tên Công ty].

Trân trọng,

[Tên của bạn] [Chức vụ] [Tên Công ty] [Địa chỉ email công ty] [Điện thoại liên hệ]

HỎI:

> Câu cuối, bạn đã dùng chữ "Điiện thoại liên hệ". Chữ "liên hệ" dịch sang Anh ngữ có nghĩa là "relationship". Như vậy cho nên thay thể bằng chữ "Điện thoại liên lạc" không?

Câu cuối, bạn đã dùng chữ "Điện thoại liên hệ". Chữ "liên hệ" dịch sang Anh ngữ có nghĩa là "relationship". Như vậy, có nên thay thế bằng chữ "Điện thoại liên lạc" không?

TRẢ LỜI:

 Xin lỗi vì lỗi chính tả ở câu cuối. Câu đó nên được sửa lại như sau:

[Điện thoại liên lạc]

Bạn đúng khi chỉ ra rằng "liên hệ" dịch sang tiếng Anh là "relationship". Trong trường hợp này, "liên lạc" là một từ ngữ phù hợp hơn, tương ứng với "contact" trong tiếng Anh.

Xin lỗi vì lỗi chính tả ở câu cuối. Câu đó nên được sửa lại như sau:

[Điện thoại liên lạc]

Bạn đúng khi chỉ ra rằng "liên hệ" dịch sang tiếng Anh là "relationship". Trong trường hợp này, "liên lạc" là một từ ngữ phù hợp hơn, tương ứng với "contact" trong tiếng Anh.

TRUYỆN NGẮN

HỎI:

Vui lòng viết một truyện ngắn khoa học giả tưởng về một người khi thức dậy, anh ta thấy mình đang sống trong một thành phố xa lạ và thời gian trở ngược 100 năm về trước.

TRẢ LỜI:

Khi tỉnh dậy, Tom nhận ra mình đang nằm trên một chiếc giường gỗ cũ kỹ, phòng ngủ xung quanh không giống với căn phòng quen thuộc mà anh đang sống. Không gian nơi đây mang phong cách cổ điển và đơn sơ.

Bước ra khỏi phòng, anh bàng hoàng nhận ra rằng mình không chỉ ở một căn phòng xa lạ, mà còn đang ở một thành phố hoàn toàn mới. Những con ngựa kéo xe lộn xộn, người dân diện trang phục cổ, những tòa nhà được xây dựng bằng gỗ và đá, tất cả khiến anh liên tưởng đến những bức ảnh trong sách giáo khoa lịch sử.

Tom hoàn toàn không biết mình đã lạc vào thế giới nào. Dần dần, anh bắt đầu thích nghi với cuộc sống ở thành phố và thời gian này. Anh tìm hiểu về văn hóa, lịch sử, kết bạn với những người dân xung quanh và thậm chí còn tìm được một công việc.

Một ngày nọ, trong khi dạo phố, Tom bắt gặp một nhà khoa học kỳ lạ tên là Dr. Max, người đang nghiên cứu về thời gian. Hóa ra, trong một đêm mê say, Tom đã vô tình bước vào cánh cửa thời gian do Dr. Max tạo ra và bị đưa về quá khứ 100 năm.

Dr. Max nói rằng anh ấy đang nghiên cứu để hoàn thiện máy thời gian của mình, và khi hoàn thành, Tom sẽ có thể trở về hiện tại. Trong quá trình chờ đợi, Tom quyết định tận dụng thời gian để học hỏi và trải nghiệm cuộc sống của thời đại này.

Sau một thời gian dài nỗ lực, Dr. Max cuối cùng cũng hoàn thiện máy thời gian. Trước khi rời đi, Tom đã dành thời gian chia tay với những người bạn mới quen và những kỷ niệm đáng nhớ mà anh đã có ở thế giới này.

Khi quay trở lại thời đại hiện tại, Tom nhận ra rằng những kinh nghiệm và bài học mà anh học được từ chuyến phiêu lưu thời gian đã giúp anh hưởng thụ cuộc sống hiện tại với một tầm nhìn mới mẻ và sâu sắc hơn. Những điều mà anh học được về tình yêu, lòng trung thành và kiên nhẫn đã giúp anh trở thành một người đàn ông tốt hơn, tận tụy trong công việc và gia đình.

Tom bắt đầu chia sẻ những câu chuyện và bài học mà anh đã trải qua trong chuyến hành trình thời gian với bạn bè, người thân và đồng nghiệp. Những câu chuyện của anh khiến mọi người xung quanh suy ngẫm và trân trọng hơn những giá trị đích thực trong cuộc sống.

Một ngày nọ, Tom tình cờ gặp lại Dr. Max trong một góc phố quen thuộc của thành phố hiện tại. Họ dừng lại trò chuyện và nhớ lại những kỷ niệm của thời gian đã qua. Dr. Max tiết lộ rằng, mục đích của anh trong việc tạo ra máy thời gian không chỉ để khám phá và nghiên cứu, mà còn là để giúp những người như Tom tìm thấy giá trị thực sự của cuộc sống thông qua những trải nghiệm đặc biệt.

Tom quyết định viết một cuốn sách về hành trình của mình, chia sẻ những kinh nghiệm và bài học mà anh đã thu được từ quá khứ, hy vọng rằng những câu chuyện này sẽ giúp người đọc hiểu hơn về giá trị của cuộc sống và biết quý trọng từng khoảnh khắc hiện tại.

THUYẾT TRÌNH

HỎI:

Vui lòng viết dàn bài cho chủ đề thuyết trình "Có nên bắt con cái học theo nghề mình chọn?"

TRẢ LỜI:

I. Giới thiệu chủ đề A. Giới thiệu vấn đề: Liệu có nên bắt con cái học theo nghề mình chọn hay không? B. Mục đích của thuyết trình: Đưa ra những quan điểm và lập luận về việc bắt con cái theo nghề mình chọn.

II. Lập luận chính: Ưu và nhược điểm của việc bắt con cái học theo nghề mình chọn A. Ưu điểm 1. Tận dụng kiến thức và kinh nghiệm của cha mẹ 2. Tiết kiệm thời gian và nguồn lực cho quá trình học tập và đào tạo 3. Đảm bảo sự kế thừa và phát triển của nghề nghiệp gia đình

B. Nhược điểm 1. Thiếu tự do lựa chọn và sự động viên cho con cái 2. Áp lực và căng thẳng từ sự kỳ vọng của cha mẹ 3. Không phát huy được năng lực và sở trường của con cái

III. Đưa ra các ví dụ minh họa A. Ví dụ về những gia đình thành công trong việc kế thừa và phát triển nghề nghiệp gia đình B. Ví dụ về những trường hợp con cái không thành công hoặc không hạnh phúc khi theo nghề mình chọn

IV. Thảo luận về giải pháp thích hợp A. Tôn trọng quyền lựa chọn của con cái 1. Khuyến khích con cái tìm hiểu về nghề nghiệp mình chọn 2. Hỗ trợ và động viên con cái theo đuổi đam mê và sở trường của mình

B. Kết hợp giữa sự kế thừa nghề nghiệp gia đình và quyền lựa chọn của con cái 1. Cha mẹ nên giới thiệu nghề nghiệp của mình đến con cái một cách khách quan 2. Cho con cái cơ hội trải nghiệm và tìm hiểu về nhiều nghề nghiệp khác nhau

V. Kết luận A. Tóm tắt những lập luận và giải pháp đã đưa ra B. Nhấn mạnh tầm quan trọng của việc tôn trọng quyền lựa chọn nghề nghiệp của con cái C. Khuyến khích sự đối thoại hợp lý giữa cha mẹ và con cái trong việc lựa chọn nghề nghiệp

VI. Câu hỏi và trả lời A. Mở rộng phần thảo luận, nhận ý kiến đóng góp từ khán giả B. Giải đáp thắc mắc và cung cấp thông tin bổ sung theo yêu cầu của khán giả

VII. Tổng kết và cảm ơn A. Tóm tắt lại những điểm chính của thuyết trình B. Cảm ơn khán giả đã lắng nghe và tham gia thảo luận C. Khuyến khích mọi người tiếp tục suy nghĩ và đưa ra quyết định hợp lý về việc có nên bắt con cái học theo nghề mình chọn hay không.

Qua dàn bài trên, thuyết trình sẽ giúp người nghe hiểu được các ưu và nhược điểm của việc bắt con cái học theo nghề mình chọn, cũng như các giải pháp thích hợp để tôn trọng quyền lựa chọn của con cái và đảm bảo sự phát triển bền vững của nghề nghiệp gia đình. Cuối cùng, việc thảo luận và trao đổi ý kiến với khán giả sẽ giúp mọi người có cái nhìn đa chiều hơn về vấn đề này, từ đó đưa ra quyết định phù hợp với hoàn cảnh của mình.

THƯƠNG MẠI

HỎI:

Vui lòng cho biết điều kiện để mở một nhà hàng tại Westminster, tiểu bang California.

TRẢ LỜI:

Để mở một nhà hàng tại Westminster, tiểu bang California, bạn cần đáp ứng một số yêu cầu và điều kiện nhất định. Tuy nhiên, lưu ý rằng thông tin này chỉ mang tính chất tham khảo và có thể thay đổi theo thời gian. Bạn nên kiểm tra và nắm rõ quy định cụ thể tại thời điểm bạn định mở nhà hàng. Dưới đây là một số bước cơ bản:

1. Lập kế hoạch kinh doanh: Xác định mục tiêu, chiến lược và ngân sách dành cho nhà hàng. Điều này giúp bạn có cái nhìn rõ nét về dự án trước khi bắt đầu.
2. Chọn vị trí: Tìm kiếm một vị trí phù hợp cho nhà hàng của bạn tại Westminster. Xem xét yếu tố như mật độ dân cư, khả năng tiếp cận, và sự phù hợp với loại hình nhà hàng bạn muốn mở.
3. Đăng ký tên công ty: Đăng ký tên công ty với Bộ Tài Chính California (California Secretary of State) và đảm bảo tuân thủ các quy định về thuế và luật pháp.
4. Xin cấp giấy phép kinh doanh từ Thành phố Westminster và hoàn thành các thủ tục liên quan.
5. Giấy phép quảng cáo (sign permit): Nếu dự định đặt biển hiệu cho nhà hàng, bạn cần

xin giấy phép quảng cáo từ Thành phố Westminster.
6. Giấy phép bán rượu: Nếu dự định phục vụ đồ uống có cồn tại nhà hàng, bạn cần xin giấy phép từ Cục Cấp Phép Rượu của California (California Department of Alcoholic Beverage Control).
7. Đảm bảo tuân theo các quy định vệ sinh an toàn thực phẩm: Nhà hàng cần đáp ứng các tiêu chuẩn vệ sinh an toàn thực phẩm theo quy định của Cục Y tế Tiểu bang California và Văn phòng Y tế địa phương.
8. Đảm bảo tuân thủ các quy định phòng cháy và chữa cháy: Đảm bảo cơ sở của bạn tuân thủ các quy định về phòng cháy và chữa cháy tại Westminster.
1. Thuê nhân viên: Tìm kiếm, tuyển dụng, và đào tạo nhân viên cho nhà hàng của bạn. Hãy đảm bảo rằng tất cả nhân viên được huấn luyện về vệ sinh an toàn thực phẩm và phục vụ khách hàng một cách chuyên nghiệp.
2. Bảo hiểm: Mua bảo hiểm phù hợp cho nhà hàng, bao gồm bảo hiểm trách nhiệm dân sự, bảo

hiểm cho nhân viên, và các loại bảo hiểm khác nếu cần thiết.

3. Xây dựng và trang trí không gian nhà hàng: Thiết kế không gian nhà hàng sao cho hấp dẫn và thoải mái cho khách hàng. Chú ý đến việc bố trí các khu vực bếp, phục vụ, và ngồi ăn một cách hợp lý.

4. Quảng bá nhà hàng: Thiết lập kế hoạch tiếp thị và quảng cáo để thu hút khách hàng. Bạn có thể sử dụng mạng xã hội, truyền thông địa phương, và các hoạt động khuyến mãi để giới thiệu nhà hàng của mình đến cộng đồng.

5. Chuẩn bị mở cửa: Trước khi chính thức khai trương, hãy tổ chức một buổi tiệc mở cửa để giới thiệu nhà hàng cho bạn bè, gia đình, và đối tác kinh doanh. Đây cũng là cơ hội để nhân viên thử nghiệm và tập dượt trước khi phục vụ khách hàng thực sự.

6. Đánh giá và cải tiến liên tục: Sau khi nhà hàng hoạt động, hãy đánh giá quá trình kinh doanh và tiếp nhận phản hồi từ khách hàng để cải tiến không ngừng, đảm bảo nhà hàng luôn phát triển và đạt được mục tiêu kinh doanh.

Như đã nêu trên, đây chỉ là một số bước cơ bản để mở một nhà hàng tại Westminster, California. Bạn cần nắm rõ các quy định và yêu cầu cụ thể tại thời điểm mở nhà hàng và tuân theo một cách nghiêm túc. Chúc bạn thành công trong việc kinh doanh nhà hàng!

PHÂN TÍCH

HỎI:

Vui lòng viết một bản phân tích ưu và khuyết điểm giữa xe hơi điện và xe hơi xăng. Xin thu gọn khoảng 300 chữ.

TRẢ LỜI:

Dưới đây là một kế hoạch kinh doanh cơ bản cho nhà hàng. Bạn có thể điều chỉnh nội dung để phù hợp với ý tưởng và mục tiêu của mình.

I. Tổng quát về dự án
  1. Tên nhà hàng: [Tên nhà hàng]
  2. Loại hình kinh doanh: Nhà hàng [Loại ẩm thực - Ví dụ: Việt Nam, Ý, Ấn Độ, ...]
  3. Địa chỉ: [Địa chỉ nhà hàng]
  4. Sứ mệnh: Cung cấp trải nghiệm ẩm thực [Loại ẩm thực] chất lượng cao và dịch vụ thân thiện, tạo nên không gian ấm cúng và thoải mái cho khách hàng.

II. Phân tích thị trường

1. Đối tượng khách hàng: [Mô tả đối tượng khách hàng mục tiêu, ví dụ: người địa phương, khách du lịch, học sinh, người đi làm, ...]
2. Thị trường cạnh tranh: [Danh sách các nhà hàng cùng loại ẩm thực hoặc trong khu vực lân cận]
3. Ưu điểm so sánh: [Nêu ra những điểm mạnh của nhà hàng, ví dụ: đặc sản, giá cả hợp lý, không gian đẹp, ...]
4. Phân khúc thị trường: [Mô tả phân khúc thị trường mà nhà hàng muốn nhắm tới]

III. Sản phẩm và dịch vụ

1. Thực đơn: [Danh sách các món ăn, đồ uống, và giá cả]
2. Dịch vụ đặc biệt: [Ví dụ: giao hàng tận nơi, tiệc tổ chức, ...]
3. Khuyến mãi và chương trình ưu đãi: [Mô tả các chương trình khuyến mãi định kỳ hoặc ưu đãi dành cho khách hàng thân thiết]

IV. Quản lý và nhân sự

1. Ban lãnh đạo: [Danh sách các thành viên ban lãnh đạo và vai trò của họ]
2. Nhân viên: [Số lượng và vai trò của nhân viên, ví dụ: đầu bếp, phục vụ, quản lý, ...]

3. Đào tạo: [Mô tả chương trình đào tạo cho nhân viên về vệ sinh an toàn thực phẩm, kỹ năng phục vụ, ...]

V. Kế hoạch marketing và quảng bá
1. Truyền thông: [Mô tả kế hoạch quảng cáo trên báo chí, truyền hình, radio, ...]
2. Mạng xã hội: [Mô tả kế hoạch quảng cáo và tiếp thị trên các nền tảng mạng xã hội như Facebook, Instagram, Twitter, ...]
3. Sự kiện và hợp tác: [Kế hoạch tổ chức sự kiện khai trương, lễ kỷ niệm, hợp tác với các tổ chức hoặc doanh nghiệp địa phương]
4. Khách hàng thân thiết: [Chương trình giảm giá, ưu đãi dành cho khách hàng thường xuyên]

VI. Phân tích tài chính
1. Chi phí khởi nghiệp: [Danh sách chi phí ban đầu bao gồm thuê mặt bằng, trang thiết bị, đầu tư vào nguyên liệu, ...]
2. Dự báo doanh thu: [Dự đoán doanh thu hàng tháng và hàng năm dựa trên số liệu thực tế và kinh nghiệm của nhà hàng tương tự]
3. Dự báo chi phí: [Dự đoán chi phí hàng tháng và hàng năm, bao gồm chi phí nguyên liệu, nhân công, thuê mặt bằng, tiền điện nước, ...]

4. Điểm hòa vốn: [Thời điểm mà tổng doanh thu bằng tổng chi phí, cho thấy nhà hàng bắt đầu có lãi]

VII. Pháp lý và điều kiện

1. Giấy phép kinh doanh: [Mô tả quy trình và yêu cầu để đăng ký giấy phép kinh doanh tại địa phương]
2. Giấy phép an toàn thực phẩm: [Nêu các yêu cầu về vệ sinh an toàn thực phẩm, chứng nhận huấn luyện cho nhân viên]
3. Các giấy phép và điều kiện khác: [Nêu các giấy phép hoặc điều kiện liên quan khác như đăng ký thương hiệu, thuế, bảo hiểm, ...]

VIII. Kế hoạch phát triển

1. Mở rộng nhà hàng: [Kế hoạch mở rộng không gian nhà hàng hoặc tăng số lượng chi nhánh trong tương lai]
2. Sản phẩm mới: [Kế hoạch cập nhật thực đơn, giới thiệu món mới phù hợp với xu hướng và nhu cầu của khách hàng]
3. Hợp tác và liên kết: [Kế hoạch hợp tác với các đối tác kinh doanh, tổ chức sự kiện chung, hoặc tham gia các chương trình ưu đãi đặc biệt]

Khi hoàn thành kế hoạch kinh doanh này, hãy thực hiện các bước sau để đảm bảo dự án của bạn được thực hiện một cách hiệu quả:

1. Xem xét kỹ lưỡng kế hoạch: Sau khi hoàn thành kế hoạch, hãy đảm bảo rằng bạn đã xem xét kỹ lưỡng tất cả các khía cạnh của dự án, từ phân tích thị trường, sản phẩm và dịch vụ, quản lý nhân sự, kế hoạch marketing, tài chính, đến các vấn đề pháp lý và quy định.

2. Tìm kiếm đối tác và nhà đầu tư: Nếu bạn cần vốn đầu tư để khởi nghiệp, hãy tìm kiếm đối tác hoặc nhà đầu tư có kinh nghiệm và quan tâm đến lĩnh vực kinh doanh của bạn. Họ không chỉ mang lại nguồn vốn mà còn có thể cung cấp cho bạn những lời khuyên và hỗ trợ trong quá trình phát triển nhà hàng.

3. Chuẩn bị tốt các giấy tờ và thủ tục pháp lý: Hãy đảm bảo rằng bạn đã chuẩn bị tốt tất cả các giấy tờ và thủ tục pháp lý cần thiết để mở nhà hàng. Điều này sẽ giúp bạn tránh gặp phải rắc rối sau này liên quan đến việc không tuân thủ các quy định của chính quyền địa phương.

4. Chọn đội ngũ nhân viên chất lượng: Nhân viên là một yếu tố quan trọng trong sự thành công của nhà hàng. Hãy đầu tư thời gian để tìm kiếm,

phỏng vấn và đào tạo nhân viên chất lượng, có kỹ năng giao tiếp tốt và đam mê với công việc.
5. Triển khai kế hoạch marketing và quảng bá: Sau khi đã chuẩn bị xong các bước trên, hãy tập trung vào việc triển khai kế hoạch marketing và quảng bá một cách hiệu quả, thu hút khách hàng đến với nhà hàng và tạo dựng hình ảnh thương hiệu.
6. Đánh giá và điều chỉnh: Cuối cùng, hãy luôn đánh giá kết quả hoạt động của nhà hàng, phân tích những điểm mạnh, yếu và cơ hội để cải tiến và phát triển. Đừng ngại thay đổi và điều chỉnh kế hoạch kinh doanh khi cần thiết, như cập nhật thực đơn, tăng cường chương trình khuyến mãi, hoặc thay đổi chiến lược marketing.
7. Lắng nghe khách hàng: Trong quá trình kinh doanh, hãy luôn lắng nghe ý kiến và phản hồi từ khách hàng để cải thiện chất lượng sản phẩm và dịch vụ. Khách hàng hài lòng sẽ trở thành khách hàng trung thành và giới thiệu nhà hàng của bạn đến người khác.
8. Xây dựng mối quan hệ đối tác: Hãy tìm cách hợp tác với các đối tác kinh doanh khác, như nhà cung cấp, các doanh nghiệp trong ngành du lịch, hoặc thậm chí là các nhà hàng khác. Việc này sẽ giúp bạn mở rộng mối quan hệ, chia sẻ

kinh nghiệm và hỗ trợ lẫn nhau trong quá trình kinh doanh.

9. Theo dõi xu hướng thị trường: Hãy luôn cập nhật và theo dõi xu hướng thị trường, nhu cầu của khách hàng, cũng như các đối thủ cạnh tranh. Điều này giúp bạn đưa ra những quyết định đúng đắn và kịp thời trong việc điều chỉnh chiến lược kinh doanh của mình.

10. Luôn học hỏi và phát triển: Trong lĩnh vực kinh doanh nhà hàng, việc cải tiến và phát triển không bao giờ ngừng nghỉ. Hãy luôn học hỏi từ kinh nghiệm, từ các người trong ngành, đọc sách, tham gia các khóa học hoặc hội thảo về kinh doanh nhà hàng để nâng cao kiến thức và kỹ năng của mình.

Khi thực hiện kế hoạch kinh doanh và áp dụng những bước trên, bạn sẽ có cơ hội phát triển nhà hàng của mình một cách bền vững và thành công trên thị trường. Chúc bạn thành công trong dự án kinh doanh nhà hàng!

SO SÁNH SẢN PHẨM

HỎI:

Vui lòng viết choi tôi một bản phân tích ưu và khuyết điểm giữa xe hơi điện và xe hơi xăng. Xin thu gọn khoảng 300 chữ.

TRẢ LỜI:

Xe hơi điện và xe hơi xăng đều có ưu và nhược điểm riêng. Dưới đây là một số điểm đáng lưu ý giữa hai loại xe này:

Xe hơi điện

Ưu điểm:
1. Thân thiện với môi trường: Xe điện không phát thải khí độc hại, giúp giảm ô nhiễm không khí.
2. Chi phí vận hành thấp: Xe điện có chi phí nhiên liệu (điện) thấp hơn so với xăng.
3. Bảo trì đơn giản: Xe điện có ít bộ phận chuyển động nên ít hỏng hóc, bảo trì đơn giản hơn.
4. Tiếng ồn thấp: Xe điện hoạt động êm ái, giảm tiếng ồn gây khó chịu.

Nhược điểm:
1. Tầm xa hạn chế: Tầm đi của xe điện thường thấp hơn xe xăng do giới hạn dung lượng pin.
2. Thời gian sạc lâu: Thời gian sạc pin xe điện có thể mất nhiều giờ, không tiện lợi như đổ xăng.

3. Giá mua cao hơn: Xe điện thường có giá cao hơn so với xe xăng, đặc biệt là do chi phí pin.
4. Hạ tầng hỗ trợ còn hạn chế: Số lượng trạm sạc xe điện còn ít, chưa đáp ứng đầy đủ nhu cầu.

Xe hơi xăng

1. Ưu điểm:
2. Tầm xa dài hơn: Xe xăng có tầm đi xa hơn so với xe điện, tiện lợi cho việc di chuyển xa.
3. Thời gian nạp nhiên liệu nhanh: Việc đổ xăng chỉ mất vài phút, nhanh chóng và tiện lợi.
4. Giá mua thấp hơn: Xe xăng thường có giá thành rẻ hơn so với xe điện.
5. Hạ tầng hỗ trợ phổ biến: Trạm xăng dầu phổ biến, thuận tiện cho việc nạp nhiên liệu.

Nhược điểm:
1. Ô nhiễm môi trường: Xe xăng phát thải khí độc hại, gây ô nhiễm không khí và ảnh hưởng sức khỏe.
2. Chi phí vận hành cao: Xe xăng có chi phí nhiên liệu cao hơn, tăng chi phí vận hành.
3. Bảo trì phức tạp: Xe xăng đòi hỏi bảo trì định kỳ và phức tạp hơn.
4. Tiếng ồn cao hơn: Xe xăng hoạt động ồn ào hơn so với xe điện, gây khó chịu cho người lái và hành khách.

Khi lựa chọn giữa xe hơi điện và xe hơi xăng, bạn nên cân nhắc các yếu tố như mục đích sử dụng, tần suất di chuyển, chi phí vận hành, ưu tiên môi trường, hạ tầng hỗ trợ, và ngân sách cá nhân. Các ưu và nhược điểm trên có thể giúp bạn đưa ra quyết định phù hợp với nhu cầu và điều kiện của mình.

TÓM LƯỢC

HỎI:

Vui lòng tóm lược bài diễn văn của cựu Tổng thống Kennedy vào ngày January 9, 1961. Xin thu gọn khoảng 200 chữ.

TRẢ LỜI:

Cựu Tổng thống John F. Kennedy đã đưa ra diễn văn tại lễ nhậm chức vào ngày 20 tháng 1 năm 1961, không phải ngày 9 tháng 1 năm 1961. Tuy nhiên, dưới đây là một tóm lược về diễn văn nhậm chức của ông:

Trong bài diễn văn nhậm chức lịch sử của mình, Tổng thống John F. Kennedy đã nhấn mạnh tầm quan trọng của đoàn kết quốc gia và trách nhiệm của mọi công dân trong việc xây dựng một tương lai tốt đẹp hơn. Ông kêu gọi sự hợp tác giữa các quốc gia và cam kết bảo vệ tự do, chống lại những thế lực đe dọa hoà bình thế giới.

Kennedy nổi tiếng với câu nói: "Hãy hỏi không phải nước Mỹ có thể làm gì cho bạn, mà hãy hỏi bạn có thể làm gì cho nước Mỹ." Câu này gợi nhớ đến ý chí hành động và trách nhiệm cá nhân đối với quốc gia. Ông cũng kêu gọi sự hỗ trợ của các quốc gia khác trong việc đấu tranh vì tự do, nhân quyền và công bằng trên toàn thế giới.

Bài diễn văn của Kennedy nhấn mạnh sự quyết tâm và hi vọng trong việc thúc đẩy hòa bình, phát triển, và tinh thần đoàn kết giữa các dân tộc và cá nhân, đồng thời khơi dậy lòng tự hào và lòng yêu nước trong lòng người Mỹ.

ĐIỂM PHIM

HỎI:

Vui lòng tóm lược và đánh giá phim "The Matrix". Xin thu gọn trong khoảng 300 chữ.

TRẢ LỜI:

"The Matrix" (1999) là một bộ phim khoa học giả tưởng do đôi anh em Lana và Lilly Wachowski đạo diễn. Phim kể về câu chuyện của Thomas Anderson (Keanu Reeves), một lập trình viên, sống hai cuộc đời song song như một tin tặc máy điện toán với tên Neo. Cuộc sống của anh thay đổi hoàn toàn khi anh được một nhóm người, dẫn đầu bởi Morpheus (Laurence Fishburne) và Trinity (Carrie-Anne Moss), tiết lộ cho anh rằng thế giới mà anh tin tưởng là hiện thực thực ra chỉ là một mô phỏng của máy điện toán, được gọi là Ma trận.

Phim đưa ra một ý tưởng độc đáo về thực tế ảo và sự hấp dẫn của việc chấp nhận thực tế hay chối bỏ nó để tìm ra sự thật. Nhân vật Neo phải lựa chọn giữa viên thuốc đỏ và viên thuốc xanh, điều này đã trở thành một biểu tượng cho việc đối mặt với sự thật không dễ chịu hoặc sống trong sự ngụy biện.

"The Matrix" được đánh giá cao về kịch bản, diễn xuất, hiệu ứng đặc biệt và những màn hành động đầy ấn tượng. Phim đã đạt được nhiều giải thưởng quan trọng, trong đó có 4 giải Oscar. Bộ phim cũng đề cao tầm quan trọng của sự tự do và quyền lực cá nhân trong việc định hình thế giới xung quanh.

Tóm lại, "The Matrix" là một bộ phim khoa học viễn tưởng hấp dẫn, có nội dung đầy triết lý và ý nghĩa sâu sắc. Phim gây ấn tượng mạnh mẽ với người xem bởi những màn hành động nghẹt thở, hiệu ứng hình ảnh ấn tượng và diễn xuất xuất sắc của dàn diễn viên.

DU LỊCH

HỎI:

Tôi sẽ du lịch Bahamas. Vui lòng cho tôi những thông tin cần thiết về vùng này.

TRẢ LỜI:

Bahamas là một quốc gia quần đảo nằm ở khu vực Caribbean, gồm hơn 700 hòn đảo và đá ngầm. Thủ đô của Bahamas là Nassau, nằm trên đảo New Providence. Với bãi biển cát trắng, nước biển trong xanh và khí hậu ấm áp quanh năm, Bahamas là một điểm đến du lịch nổi tiếng.

1. Khí hậu: Bahamas có khí hậu nhiệt đới, ấm áp và ẩm ướt. Tháng 9 nằm trong mùa mưa và là mùa bão nhiệt đới, vì vậy bạn nên chuẩn bị tinh thần và kiểm tra thông tin thời tiết trước khi đi.
2. Điểm đến nổi tiếng:

3. Nassau: Thủ đô của Bahamas, nơi có các điểm du lịch như Khu phức hợp giải trí Atlantis, Lâu đài Graycliff và Công viên Quốc gia Blue Hole.
4. Grand Bahama: Đây là hòn đảo lớn thứ hai của Bahamas, nổi tiếng với các bãi biển đẹp, khu bảo tồn thiên nhiên và các hoạt động ngoài trời.
5. Exuma Cays Land and Sea Park: Khu bảo tồn thiên nhiên độc đáo này nằm trong quần đảo Exuma, nơi có nhiều hoạt động như lặn, bơi và thưởng ngoạn cảnh quan.
6. Hoạt động du lịch: Tại Bahamas, bạn có thể tham gia nhiều hoạt động như bơi, lặn, chèo thuyền kayak, câu cá, chơi golf và thưởng thức ẩm thực địa phương.
7. Hành chính: Đảm bảo rằng bạn có một hộ chiếu hợp lệ và kiểm tra yêu cầu visa cho công dân của quốc gia bạn. Hãy chuẩn bị tiền mặt Bahamas hoặc USD, vì chúng được chấp nhận rộng rãi ở đây.
8. An toàn: Nhìn chung, Bahamas là một điểm đến an toàn cho du khách. Tuy nhiên, bạn nên thận trọng với tài sản cá nhân của mình và tránh các khu vực không an toàn.

Khi lên kế hoạch cho chuyến đi Bahamas của bạn, hãy cân nhắc các yếu tố sau:

1. Chủng ngừa và sức khỏe: Hãy tư vấn với bác sĩ của bạn trước khi đi để biết về các chủng ngừa cần thiết hoặc bất kỳ khuyến cáo sức khỏe nào đặc biệt. Hãy đảm bảo rằng bạn có một bảo hiểm du lịch phù hợp với chuyến đi của mình.
2. Phương tiện đi lại: Các hòn đảo ở Bahamas có thể được đi lại bằng máy bay, tàu cao tốc hoặc thuyền du lịch. Nên lên kế hoạch vận chuyển và đặt vé trước để tiết kiệm thời gian và chi phí.
3. Chỗ ở: Bahamas có nhiều loại hình chỗ ở, từ khách sạn sang trọng, khu nghỉ dưỡng đến nhà trọ giá cả phải chăng. Hãy tìm hiểu và đặt phòng trước để đảm bảo rằng bạn có nơi nghỉ ngơi phù hợp trong suốt kỳ nghỉ của mình.
4. Ẩm thực: Đừng bỏ lỡ cơ hội thưởng thức ẩm thực địa phương tại Bahamas, bao gồm các món như conch salad, bánh mì Johnnycake và món guava duff truyền thống. Hãy thử ghé thăm các quán ăn địa phương để trải nghiệm hương vị đặc trưng của vùng này.
5. Văn hóa và ngôn ngữ: Ngôn ngữ chính thức của Bahamas là tiếng Anh, và hầu hết người dân địa phương đều nói tiếng Anh lưu loát. Tuy nhiên, họ cũng sử dụng một số biến thể của tiếng Anh Creole. Hãy tôn trọng văn hóa và tập quán địa phương khi tham gia các hoạt động du lịch.

Cuối cùng, hãy tận hưởng kỳ nghỉ của bạn tại Bahamas và trải nghiệm những điều thú vị mà quốc gia quần đảo tuyệt đẹp này mang lại. Chúc bạn có chuyến đi tuyệt vời!

HỎI:

TÌM HIỂU

Vui lòng viết một bài khoảng 200 chữ về những nguyên nhân gây ra chứng bệnh trầm cảm.

TRẢ LỜI:

Trầm cảm là một tình trạng sức khỏe tâm thần phổ biến, gây ra những tác động tiêu cực đến cảm xúc, tư duy và hành vi của người bị ảnh hưởng. Có nhiều nguyên nhân gây ra trầm cảm, bao gồm các yếu tố sinh học, tâm lý và môi trường.

Yếu tố sinh học: Một số nghiên cứu cho thấy sự mất cân bằng các chất hóa học trong não, như serotonin, dopamine và norepinephrine, có thể góp phần vào trầm cảm. Điều này cũng có thể do di truyền, khi có nhiều người trong gia đình cũng mắc bệnh trầm cảm.

Yếu tố tâm lý: Các vấn đề tâm lý, như trải nghiệm tiêu cực trong quá khứ, sự thiếu tự tin, những kỳ vọng không thực tế, và việc không xử lý được cảm xúc có thể gây ra trầm cảm. Ngoài ra, các bệnh lý tâm thần khác như rối loạn lo âu, rối loạn ăn uống cũng có thể là nguyên nhân gây trầm cảm.

Yếu tố môi trường: Môi trường sống và các sự kiện đời có thể dẫn đến trầm cảm. Ví dụ như việc mất người thân, chia tay, ly dị, bị sa thải, vấn đề tài chính, hoặc đối mặt với căng thẳng trong công việc hoặc gia đình.

Yếu tố sinh lý: Các vấn đề sức khỏe cũng có thể dẫn đến trầm cảm. Bệnh mãn tính, bệnh tim mạch, hormone và các chất cấu trúc khác trong cơ thể có thể ảnh hưởng đến tâm trạng của người bệnh.

Hiểu rõ về các nguyên nhân gây ra trầm cảm giúp chúng ta có thể nhận biết, phòng ngừa và điều trị kịp thời, giúp người bệnh nhanh chóng hồi phục và có một cuộc sống chất lượng hơn.

THƯƠNG MẠI

HỎI:

Doanh nghiệp nào tương đối dễ thành công trên nước Mỹ?

TRẢ LỜI:

Thành công trong kinh doanh phụ thuộc vào nhiều yếu tố như địa điểm, ngành nghề, khả năng cạnh tranh, và kỹ năng của chủ doanh nghiệp. Tuy nhiên, dưới đây là một số loại doanh nghiệp có tiềm năng thành công tốt trong điều kiện phù hợp:

Doanh nghiệp trực tuyến: Việc kinh doanh trực tuyến có thể giúp giảm chi phí thuê mặt bằng và nhân viên, trong khi vẫn tiếp cận được với một lượng lớn khách hàng. Các ví dụ bao gồm bán hàng qua mạng, dịch vụ kỹ thuật số và tiếp thị liên kết.

Dịch vụ vệ sinh và làm sạch: Ngành dịch vụ làm sạch thường có nhu cầu ổn định và chi phí khởi nghiệp thấp. Các doanh nghiệp có thể cung cấp dịch vụ cho cả khách hàng cá nhân và doanh nghiệp.

Ẩm thực sáng tạo: Nếu bạn có kỹ năng và đam mê về ẩm thực, việc mở một quán ăn hoặc nhà hàng sáng tạo và độc đáo có thể thu hút sự chú ý của khách hàng và trở nên thành công.

Dịch vụ chăm sóc sức khỏe và làm đẹp: Ngành chăm sóc sức khỏe và làm đẹp luôn có nhu cầu cao. Các doanh nghiệp như spa, phòng tập thể dục, tiệm làm đẹp hay dịch vụ chăm sóc sức khỏe tại nhà có tiềm năng thành công tốt.

Dịch vụ giáo dục và đào tạo: Nhu cầu học hỏi và nâng cao kỹ năng không ngừng tăng, do đó các doanh nghiệp cung cấp dịch vụ giáo dục, đào tạo hoặc kỹ năng chuyên môn có nhiều cơ hội thành công.

Tuy nhiên, thành công trong kinh doanh không chỉ dựa vào lựa chọn ngành nghề. Bạn cũng cần xác định mục tiêu, lập kế hoạch chi tiết, quản lý tài chính tốt và không ngừng nỗ lực để đạt được sự thành công mong muốn.

KIẾN THỨC

HỎI:

Vui lòng viết khoảng 200 chữ về công hiệu của Vitamine C.

TRẢ LỜI:

Vitamin C, còn được gọi là axit L-ascorbic, là một loại vitamin hòa tan trong nước rất quan trọng đối với sức khỏe con người. Nó đóng vai trò quan trọng trong nhiều quá trình sinh lý và có nhiều công hiệu tốt cho cơ thể.

Chống oxy hóa: Vitamin C là một chất chống oxy hóa mạnh, giúp bảo vệ các tế bào của cơ thể khỏi những tổn thương do gốc tự do. Việc giảm thiểu các gốc tự do giúp ngăn ngừa các bệnh mãn tính và lão hóa sớm.

Tăng cường hệ miễn dịch: Vitamin C giúp kích thích sản xuất và hoạt động của các tế bào miễn dịch, như các tế bào bạch cầu, giúp cơ thể phòng thủ chống lại các vi khuẩn và vi rút gây bệnh.

Hỗ trợ quá trình tổng hợp collagen: Vitamin C đóng vai trò quan trọng trong việc sản xuất collagen, một loại protein cần thiết cho việc duy trì sự đàn hồi và độ săn chắc của da, tóc và móng, cũng như hỗ trợ cấu trúc của các mô liên kết, gân, và xương.

Hấp thu sắt không heme: Vitamin C giúp cải thiện quá trình hấp thu sắt không heme từ thực phẩm chay, làm tăng khả năng hấp thu sắt trong cơ thể, giảm nguy cơ thiếu máu do thiếu sắt.

Hỗ trợ sức khỏe tim mạch: Một số nghiên cứu cho thấy vitamin C có thể giúp giảm nguy cơ mắc bệnh tim mạch bằng cách giảm chất béo trong máu và giảm huyết áp.

Để đảm bảo cung cấp đủ lượng vitamin C cho cơ thể, chúng ta nên bổ sung các loại trái cây và rau giàu vitamin C vào khẩu phần ăn hàng ngày, như cam, dâu tây, kiwi, rau cải, bó xôi, và ớt chuông.

KHOA HỌC

HỎI:

"Vật chất tối" hay Dark Matter là gì?

TRẢ LỜI:

"Vật chất tối" hay còn gọi là "Dark Matter" là một dạng vật chất bí ẩn trong vũ trụ. Nó không phát ra ánh sáng hoặc bất kỳ loại bức xạ nào mà chúng ta có thể quan sát được, do đó nó không thể được nhìn thấy trực tiếp bằng các kính thiên văn thông thường. Tuy nhiên, các nhà khoa học tin rằng vật chất tối tồn tại vì chúng quan sát thấy ảnh hưởng của nó đối với vật chất thông thường và cấu trúc vũ trụ.

Ví dụ, các nhà thiên văn học đã phát hiện ra rằng vận tốc quay của các ngôi sao xung quanh trung tâm của các thiên hà không tuân theo các quy luật vật lý đã biết nếu chỉ dựa vào khối lượng vật chất thông thường. Vật chất tối có lực hấp dẫn và giúp giữ các thiên hà ở lại với nhau, cân bằng vận tốc quay của chúng. Điều này dẫn đến giả thuyết rằng phần lớn khối lượng của vũ trụ là do vật chất tối tạo nên.

Mặc dù chưa biết vật chất tối chính xác là gì, các nhà khoa học đang tìm kiếm và nghiên cứu các loại hạt nguyên tử có thể là thành phần của vật chất tối. Các thí nghiệm trên trái đất và các thiết bị quan sát trong không gian đang được tiến hành để tìm hiểu thêm về đặc điểm và nguồn gốc của vật chất tối.

***

HỎI:

Bạn có nghĩ rằng trong tương lai, Robot có thể tư duy như con người?

TRẢ LỜI:

Tương lai của robot và trí tuệ nhân tạo (AI) tiếp tục được nghiên cứu và phát triển nhanh chóng. Có nhiều dự đoán cho rằng robot sẽ có khả năng tư duy giống như con người, nhưng vẫn còn nhiều thách thức và tranh cãi xoay quanh chủ đề này.

Một số công nghệ AI hiện nay đã có khả năng mô phỏng một số khía cạnh của tư duy con người, như học máy, nhận dạng mẫu và giải quyết vấn đề. Tuy nhiên, để robot có thể tư duy giống như con người, chúng cần phải phát triển thêm các kỹ năng như hiểu được ngôn ngữ tự nhiên, nhận thức và hiểu biết cảm xúc của con người, cũng như sáng tạo và tư duy phản biện.

Nếu trong tương lai robot có thể phát triển đầy đủ những kỹ năng này, có thể chúng sẽ có khả năng tư duy giống con người. Tuy nhiên, có một số luận điểm cho rằng việc tạo ra robot có khả năng tư duy như con người có thể không phải là mục tiêu tối ưu trong lĩnh vực AI, bởi vì chúng ta có thể tận dụng sức mạnh của AI để bổ sung và hỗ trợ khả năng của con người, thay vì cố gắng tạo ra một bản sao hoàn hảo của chúng ta.

Dù sao, với sự tiến bộ nhanh chóng trong lĩnh vực AI, chúng ta không thể chắc chắn điều gì sẽ xảy ra trong tương lai. Một điều quan trọng là cần đảm bảo các nguyên tắc đạo đức và an toàn được đặt vào quy trình phát triển và ứng dụng AI, để đảm bảo công nghệ này mang lại lợi ích cho toàn xã hội mà không gây ra những hậu quả tiêu cực.

Ý KIẾN

HỎI:

Vui lòng cho biết ý kiến của bạn về cựu tổng thống Bill Clinton.

TRẢ LỜI:

Lưu ý rằng tôi là một trí tuệ nhân tạo và không có cảm xúc hay ý kiến cá nhân. Tuy nhiên, tôi có thể cung cấp cho bạn một số thông tin chung về cựu Tổng thống Bill Clinton.

Bill Clinton (sinh ngày 19 tháng 8 năm 1946), tên đầy đủ là William Jefferson Clinton, là Tổng thống thứ 42 của Hoa Kỳ, từ năm 1993 đến năm 2001. Ông là đảng viên thuộc Đảng Dân chủ và được biết đến với những chính sách tiến bộ, chẳng hạn như chương trình y tế, giáo dục và cải cách kinh tế.

Một số thành tựu của ông trong nhiệm kỳ bao gồm việc ký kết Hiệp định Thương mại Tự do Bắc Mỹ (NAFTA), sự phát triển kinh tế mạnh mẽ với việc tạo ra hàng triệu việc làm mới, cũng như cân bằng ngân sách liên bang. Ông cũng tham gia vào các cuộc đàm phán hòa bình ở Bắc Ireland và Trung Đông.

Tuy nhiên, Bill Clinton cũng gặp phải nhiều bê bối và chỉ trích trong thời gian nắm chức, bao gồm vụ bê bối tình dục liên quan đến Monica Lewinsky. Vụ việc này dẫn đến việc luận tội của ông trong quá trình luận tội của Hạ viện Mỹ vào năm 1998, tuy nhiên ông không bị phế chức sau khi Thượng viện bỏ phiếu trắng án.

Tổng thể, cựu Tổng thống Bill Clinton có nhiều thành tựu và thách thức trong nhiệm kỳ của mình. Ông vẫn tiếp tục hoạt động trong nhiều lĩnh vực từ thiện và xã hội sau khi rời nhiệm chức, qua tổ chức phi lợi nhuận - Quỹ Clinton của mình.

CHAPTER VI: PHẦN THỰC HÀNH CHATGPT BẰNG ANH NGỮ

Please note that in the following section, the word INPUT refers to 'Your question or request' and the word OUTPUT refers to 'The response from ChatGPT'.

Introduction To ChatGPT

ChatGPT is an AI language model created by OpenAI, an organization dedicated to advancing artificial intelligence research in a safe and beneficial way. Founded in December 2015 by a group of tech industry leaders, including Elon Musk, Sam Altman, and Greg Brockman, among others, OpenAI aims to develop advanced AI technologies that can provide valuable services to people around the world. ChatGPT 3.5, launched on November 30, 2020, was initially free to the public and gained over one million users within four days. By January 2023, it had surpassed 100 million users, making it one of the fastest-growing consumer applications. OpenAI's latest breakthrough is GPT-4, a more advanced technology released on March 14th, 2023. With potential applications in language learning, image processing, and tax preparation, GPT-4 is a significant milestone in the development of AI.

GPT-4 can now describe and interpret images, as demonstrated by its ability to explain the humor in a cartoon image of a squirrel holding a camera. This advanced AI technology can identify not only the visual elements of an image but also understand its meaning and context. One of the most impressive new features of ChatGPT-4 is its "multimodal" capability, allowing it to process both text and images submitted by users. With video input on the horizon, ChatGPT-4 continues to push the boundaries of AI innovation.

In addition to the new capabilities in creativity, longer context, and visual input, GPT-4 has the ability to describe and interpret images, as seen in its explanation of the humor in a cartoon image of a squirrel holding a camera. The ChatGPT-4 also has "multimodal" capability, allowing it to process both text and images, with video input soon to come. These advanced AI technologies push the boundaries of innovation in the field.

What Is ChatGPT?

The name "ChatGPT" is derived from "chat," which refers to its ability to converse with humans, and GPT (Generative Pre-trained Transformer), which refers to its underlying architecture. The "GPT" architecture is designed to process and understand natural language and generate informative and helpful responses to a wide range of questions and inquiries.

As a language model, ChatGPT can be used in various applications, such as answering customer queries, generating chatbot responses, and providing insights and suggestions for various tasks. With continuous data and training updates, ChatGPT is able to learn and improve its responses over time, providing increasingly accurate and helpful results.

How Does ChatGPT Work?

ChatGPT is designed to be user-friendly, and it can converse with people in a way that feels intuitive and familiar. Users can interact with ChatGPT by typing in their questions or requests, and the system will generate a response based on its knowledge and understanding of the query.

ChatGPT works by using a sophisticated algorithm that processes and interprets natural language. When a user inputs a question or request, ChatGPT's algorithm analyzes the text and uses its knowledge base to generate an appropriate response.

The algorithm behind ChatGPT is constantly learning and improving, thanks to the continuous flow of new data and training provided to the system. ChatGPT's responses are always up-to-date and relevant, reflecting the latest trends and developments in a wide range of fields.

What Can ChatGPT Do?

ChatGPT is capable of providing answers and insights on a wide range of topics. Users can ask ChatGPT questions about science, technology, culture, history, and many other fields, and the system will generate a response based on its understanding of the topic.

ChatGPT is also capable of generating new ideas and insights based on the information and data that it has been trained on. This makes it an ideal tool for brainstorming and problem-solving, as it can offer suggestions and insights that users may not have considered.

How Smart Is ChatGPT?

ChatGPT is a very sophisticated and advanced language model that is capable of understanding and generating natural language. It is based on a deep learning architecture called the transformer, which has been trained on a vast amount of text data using unsupervised learning techniques.

One of the strengths of ChatGPT is its ability to generate natural and coherent responses to a wide range of prompts and questions. It can understand and interpret the context and meaning of user input and generate appropriate responses based on that understanding. It can also engage in conversational dialogue with users, asking follow-up questions and providing personalized responses.

ChatGPT's capabilities are constantly evolving and improving, thanks to ongoing research and development in the field of natural language processing. With the help of supervised and reinforcement learning techniques, it is able to continually learn and improve its performance. However, it is important to note that while ChatGPT is capable of generating sophisticated responses, it is still an artificial intelligence and may not always provide accurate or appropriate responses. As with any technology, it is important to use ChatGPT in a responsible and thoughtful manner.

Differences Between ChatGPT and Google Search

ChatGPT and Google search are different in many ways. Here are some of the main differences:

1. Purpose: ChatGPT is an AI language model designed to simulate human-like conversation and provide responses to a wide range of prompts and

questions. Google search, on the other hand, is a search engine designed to help users find information on the internet.
2. Format: ChatGPT interacts with users in a conversational format, while Google search provides a list of relevant search results based on the user's query.
3. Information Sources: ChatGPT's responses are based on the vast amount of text it has been trained on and may include opinions or interpretations of the information. In contrast, Google search results are generated by algorithms that search through the web to find relevant and factual information.
4. Customization: ChatGPT's responses can be personalized to some extent based on the user's input, while Google search results are standardized and consistent for all users.
5. Interactivity: ChatGPT can provide interactive responses to users, including follow-up questions and personalized recommendations. Google search, however, is a passive tool that provides information without any interactive capabilities.

In summary, ChatGPT is an AI language model that provides conversational responses, while Google search is a search engine that provides factual information. While both tools can be useful in different contexts, their purposes and formats are distinct.

What Is the Potential of Using ChatGPT?

There are several potential applications for using ChatGPT, including:

1. Customer service: ChatGPT can be used as a virtual assistant or chatbot to provide customer support and assistance. It can answer frequently asked questions, provide personalized recommendations, and help users troubleshoot problems.
2. Language translation: ChatGPT can be used to provide real-time language translation for users who speak different languages. This can be especially helpful in global businesses or for travel and tourism.
3. Content creation: ChatGPT can be used to generate content for websites, social media, or other platforms. It can generate headlines, captions, and descriptions based on user input.
4. Personalized marketing: ChatGPT can be used to provide personalized marketing messages and recommendations to users based on their interests and preferences.

5. Mental health support: ChatGPT can be used to provide mental health support and counseling to users. It can listen and respond to user concerns and provide recommendations for seeking professional help.
6. Research and development: ChatGPT can be used for research and development purposes, such as analyzing and summarizing large amounts of text data, generating hypotheses and insights, and identifying trends and patterns.

These are just a few examples of the potential applications of using ChatGPT. As AI technology continues to evolve, it is likely that ChatGPT will be used in many more innovative and creative ways in the future.

How Many Languages Can ChatGPT Translate?

ChatGPT is a language model that has been trained on a vast amount of text data in multiple languages. While it is not specifically designed as a language translation tool, it can potentially translate text into any language it has been trained on. As of its initial launch, ChatGPT could understand and generate text in several languages, including English, Spanish, French, German, Italian, Portuguese, and Chinese. However, the specific wording that ChatGPT can translate or understand may depend on the data it has been trained on. Its translation capabilities may not be as sophisticated as those of dedicated language translation tools.

What Are ChatGPT's Limitations?

While ChatGPT is a powerful language model with a vast information database, it has limitations. As with any technology, the information it can provide is only as current as the date it was last trained on. Currently, ChatGPT's knowledge cutoff is 2021, which means that any information or events that occurred after that date may not be included in its database. However, ChatGPT is cont'nually being updated and trained on new data, so its capabilities and knowledge base will continue to evolve.

Here are some of the limitations of ChatGPT:

1. Lack of empathy: ChatGPT lacks a human conversation partner's emotional intelligence and compassion. It may not be able to understand or respond appropriately to the emotional state or needs of the user.
2. Limited context: ChatGPT's responses may need more context or nuance, which can lead to

misunderstandings or incomplete answers. It may not be able to understand the broader context of a conversation or question and may provide incomplete or inaccurate responses.
3. Biases: ChatGPT's responses may reflect the biases or perspectives of the texts it has been trained on. This can lead to potentially harmful or inaccurate information being provided to users.
4. Limited knowledge: ChatGPT's knowledge base is limited to the texts it has been trained on, which means that it may not have the answers to all questions or be able to provide the most up-to-date information.
5. Lack of creativity: ChatGPT may sometimes lack creativity or spontaneity in its responses, making the conversation feel robotic or repetitive.

It's essential to be aware of these limitations when using ChatGPT and use it responsibly and thoughtfully. While ChatGPT can be a helpful tool for many applications, it is not a perfect solution and may not be suitable for all situations.

What Made ChatGPT Stand Out

ChatGPT stands out as a language model for several reasons, including:

1. Training data: ChatGPT has been trained on an enormous amount of text data, including a wide range of topics and sources. This has helped to make it one of the most advanced and sophisticated language models available.
2. Natural language processing: ChatGPT uses advanced natural language processing (NLP) techniques to understand the context and meaning of user input, which enables it to provide more accurate and relevant responses.
3. Conversational capabilities: ChatGPT has been designed to simulate human-like conversation, which means that it can provide engaging and interactive responses to users.
4. Continual learning: ChatGPT is a machine learning model that can continually learn and improve based on its interactions with users, which means that it can become even more sophisticated and accurate over time.
5. Open source: ChatGPT is an open-source language model, which freely available to developers and researchers is to use and improve upon. This has led to a large community of developers contributing to the model's development and advancements.

Overall, ChatGPT stands out as a language model because of its vast training data, advanced NLP capabilities, conversational capabilities, continual learning, and open-source nature. These factors have helped to make it one of the most advanced and promising language models available today.

How ChatGPT Effects Education Systems?

ChatGPT has the potential to impact education systems in several ways. Here are some of the ways that ChatGPT can affect education:

1. Personalized learning experiences: ChatGPT can provide personalized learning experiences to students. It can adapt to individual students' learning style and pace, improving their engagement and learning outcomes.
2. Language learning: ChatGPT can be used to help students learn new languages. It can provide real-time language translation, help with pronunciation, and provide interactive language practice.
3. Student support: ChatGPT can be used to provide academic support to students. It can answer questions, provide explanations, and help students with problem-solving.

4. Curriculum development: ChatGPT can assist in curriculum development by analyzing student data and providing insights on what is working and what is not. This can help educators make data-driven decisions to improve teaching methods and materials.

5. Distance learning: ChatGPT can be used to provide distance learning experiences to students who cannot attend traditional classes. It can provide interactive learning experiences that simulate in-person classes.

These are just a few examples of how ChatGPT can impact education systems. However, it's important to recognize that ChatGPT is a tool and should not replace the role of human educators. ChatGPT can complement traditional teaching methods and provide additional support to students, but it cannot replace the expertise and guidance of a human teacher.

How ChatGPT Impacts Job Industries?

ChatGPT has the potential to impact jobs industries in various ways. While it can automate specific tasks and optimize processes, it can create new job opportunities. Here are some of the potential effects that ChatGPT can have on jobs industries:

1. Automation of tasks: ChatGPT can automate repetitive tasks, such as customer support and content creation, increasing efficiency and productivity. However, this can also lead to the displacement of some jobs.
2. Optimization of processes: ChatGPT can optimize supply chain management and quality control processes. This can increase efficiency and productivity, creating new job opportunities in areas such as data analysis and process management.
3. New job opportunities: The development and implementation of ChatGPT can create new job opportunities in areas such as artificial intelligence research, data analysis, and software development.
4. Increased demand for skilled workers: The increased adoption of ChatGPT and other AI technologies can create a greater demand for workers with skills in data analysis, software development, and machine learning.

It's important to note that while ChatGPT can potentially automate certain tasks and create new job opportunities, it cannot replace the skills and expertise of human workers. In some cases, adopting ChatGPT and other AI technologies may lead to job displacement, but it is likely to create new job opportunities in other areas. As with any new technology, it is essential to carefully consider the potential impacts on jobs industries, and work to ensure a smooth transition for workers.

In summary, as an AI language model, ChatGPT is a tool people can use to help them communicate and access information more effectively. In general, the impact of ChatGPT on the world will depend on how individuals and organizations use it. Some potential ways that ChatGPT could have an impact include the following:

1. Improving communication: ChatGPT can help people communicate more effectively by quickly and accurately responding to their questions and concerns.
2. Advancing research: ChatGPT can help researchers access and analyze large amounts of data more quickly and efficiently, potentially leading to discoveries and breakthroughs.
3. Enhancing education: ChatGPT can help students learn by providing access to a wealth of information and answering their questions in real time.

4. Increasing efficiency: ChatGPT can automate specific tasks and processes, making them faster and more efficient.
5. Reducing bias: ChatGPT can help reduce bias by providing unbiased information and responses to questions, regardless of the user's background or beliefs.

Overall, the impact of ChatGPT on the world will depend on how it is used and the specific contexts in which it is deployed.

CHAPTER II:

HOW TO USE CHATGPT

How to Use ChatGPT

First, you need to create an account with ChatGPT. Below are the steps:

- Enter this link: https://chat.openai.com/chat

- Click on the Sign-up button
- Enter your email and your phone number. You will be asked to verify your email address.

Once your email has been verified, you can log in and start using ChatGPT. After signing in, you will see a window like the one below:

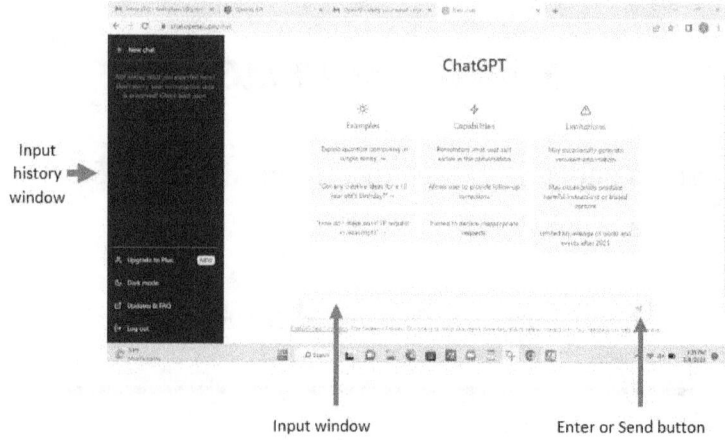

- The **Examples** section displays some prompts or inputs examples.
- The **Capabilities** section describes what ChatGPT can do.
- The **Limitations** section informs you about the limitations of ChatGPT.
- The **Input Window** at the bottom of the screen is where you type in your questions.
- On the left side of the window, the history of your question is displayed.

Communicating with ChatGPT

4. Type your question or prompt in the input window at the bottom of the screen.
5. Press the "Enter" key or click "Send" ⊲ to submit your question to ChatGPT.
6. ChatGPT will generate a response based on the context and information provided in your question or prompt.
7. Read the response and continue the conversation by asking follow-up questions or providing additional information.

Here are some tips that can help you effectively communicate with ChatGPT and obtain the most accurate and useful *responses* possible:

1. Provide clear and concise prompts or questions. The more specific and detailed your question or prompt is, the better ChatGPT will be able to understand and provide an accurate response.
2. Use proper grammar and spelling. ChatGPT is designed to understand natural language, but using proper grammar and spelling can help ensure your prompts are accurately interpreted.

3. Avoid ambiguous or vague language. Try to avoid using language that could be interpreted in multiple ways. Instead, use precise and unambiguous language to ensure that ChatGPT understands your intent.
4. Provide context when necessary. If your prompt requires additional context to be correctly understood, be sure to provide that context in your prompt.
5. Use examples when possible. Providing examples of what you want can help ChatGPT better understand your intent and provide a more accurate response.
6. Be patient. ChatGPT is a sophisticated language model, but it still has limitations. If ChatGPT doesn't provide an accurate response to your prompt, try rephrasing your question or providing additional information.
7. Ask follow-up questions. If ChatGPT provides a response that is not quite what you were looking for, ask follow-up questions to clarify and refine your request.

Due to the high volume of users accessing ChatGPT, you may experience difficulty signing in or receive an error message indicating that ChatGPT is currently at capacity.

By upgrading to ChatGPT Plus for $20 per month, you will gain priority access during busy times and access to new features. To upgrade, simply click on the "Upgrade to Plus" option in the left-hand menu.

ChatGPT Rules for Success

In the context of ChatGPT, a prompt is a set of input text provided to the model to generate a response. The quality and relevance of the prompt can have a significant impact on the quality and relevance of the response generated by ChatGPT. Here are some tips on how to use prompts effectively:

1. Be specific: The more specific and detailed the prompt is, the more likely ChatGPT will provide a relevant and accurate response. For example, instead of asking, "What is the weather like?" try asking, "What is the current temperature in New York City?"
2. Use proper grammar and syntax: Make sure the prompt is written in proper English with good grammar and syntax. This will help ChatGPT better understand the meaning of the prompt and generate a more coherent response.

3. Be concise: Keep your prompt short and to the point. Long, rambling prompts can confuse ChatGPT and reduce the accuracy of the response.
4. Include relevant context: Provide any necessary context to help ChatGPT better understand the prompt. For example, if you're asking about a specific event or topic, provide background information to help ChatGPT better understand the context.
5. Test and refine: Experiment with different prompts to see what works best. If you're not getting the response you want, try adjusting the wording or adding more context to the prompt until you get the desired result.

By following these tips, you can create prompts that effectively communicate your questions and requests to ChatGPT, and get the most accurate and useful responses possible.

CHAPTER III:

CREATIVE WRITING PROMPTS

Please note that in the following section, the word **INPUT** refers to 'Your question or request' and the word **OUTPUT** refers to 'The response from ChatGPT'

Short Story

Input: *"Write a short story about a person who wakes up with no memory of the past."*

Output:

When I opened my eyes, I was lying on a cold, hard floor. The room was dark and I couldn't see anything except a dim light coming from a small window on the far side of the room. I tried to sit up, but my head was pounding, and I felt dizzy. That's when I realized I couldn't remember anything about my past.

I didn't know who I was, where I was, or how I got there. Panic set in as I struggled to piece together memories but everything was blank. I stumbled to my feet and tried the door, but it was locked from the outside.

For what seemed like hours, I paced back and forth, trying to remember something, anything. But there was nothing. I was a complete blank slate, with no past and no future.

Finally, I heard footsteps outside the door. The lock clicked, and a man entered the room. He was tall and imposing, with a stern expression on his face.

"Good, you're awake," he said. "You've been out for a while."

"Who are you?" I asked, my voice barely above a whisper.

"That doesn't matter," he replied. "What matters is that you're here for a reason. You have a gift, and we need you to use it."

"What gift?" I asked, my heart racing.

"That's for us to know and for you to find out," he said with a smirk.

And so began my journey of discovery. Over the coming weeks, I learned that I had a unique ability to manipulate time and space. I was a valuable asset to a secret organization that used people like me for their own purpose.

But despite the power I had, I couldn't shake the feeling that something was missing. I longed for a past, a family, a sense of belonging. And so, I set out on a quest to discover my true identity.

In the end, it was a small clue that led me to the truth. A photograph of a family with a young girl who looked like me. It was then that I realized that the man who had kept me locked up for so long was actually my father, and that he had been trying to protect me from those who would exploit my gift.

With this newfound knowledge, I was able to break free from the organization and start a new life. It wasn't easy, but at least I had a sense of who I was and where I came from. And for someone who woke up with no memory of their past, that was a gift in and of itself.

Poems

Input: *"Create a poem about the beauty of nature in autumn."*

Output:

Autumn's Beauty

The leaves of gold and orange fall,

As summer's warmth fades away.

Nature paints a canvas for all,

As the earth takes on a new display.

The air turns crisp, the skies so clear,

As autumn's breeze begins to blow.

The rustling leaves, like whispers near,

Tell stories of the season's glow.

The sun sets early, the moon rises high,

As the stars twinkle above.

The beauty of autumn fills the sky,

A season of change and love.

The harvest brings forth bounty and grace,

As the fields turn gold and brown.

The trees stand tall, in their own space,

Wearing their colors like a crown.

Nature's beauty is on full display,

In the season of autumn's delight.

A time of change, a time to pray,

For blessings in the day and night.

Let us take a moment to reflect,

On the beauty that surrounds us.

In autumn's splendor, let us connect,

To the earth, and all that it thus.

***

Input: *"Please write a poem based on this paragraph: "I met someone very special on an autumn day, and we spent a wonderful time together. I thought our love would last forever, but one day in the same season, he left me a letter, stating that his feelings for me had vanished, and he had to leave."*

Output:

Autumn's Goodbye

On an autumn day, I met a love so rare,

We laughed and talked, and the world seemed fair.

The leaves danced in hues of gold and red,

As we shared our dreams, and our hearts led.

I thought our love would last forevermore,

Like the colors that change, but never bore.

The crisp air and warm embrace,

Were memories I thought we'd always chase.

But in that same season, a letter arrived,

And with it, my heart shattered and dived.

He wrote of love that once was there,

But now had vanished, and he couldn't bear.

Autumn's beauty faded away,

As I tried to make sense of that day.

The leaves now fell with a different sound,

A lonely feeling that I couldn't unbound.

The memories still linger, like a dream,

Of love that once was, like a flowing stream.

But like the autumn breeze that turns cold,

Our love too, had to unfold.

I learned to let go and move on,

As the seasons changed, and life went on.

For even in heartbreak, there's beauty to see,

Like autumn's goodbye, a chance to be free.

Lyrics

Input: *"Write a short lyric about the love of a mother."*

Output:

A Mother's Love

From the moment I came into this world,

My mother's love for me unfurled.

Her tender touch, her gentle embrace,

Filled my heart with warmth and grace.

She gave me life, she gave me love,

Guiding me with wisdom from above

Her selflessness, her endless care,

Showed me a love beyond compare.

Through the years, she watched me grow,

Nurturing my dreams, helping me to know,

That in her heart, I was always loved,

With a depth and strength that never budged.

Now I'm older, but her love remains,

A guiding light through life's changing lanes.

Her unwavering support, her constant prayer,

Are a testament to a mother's love, so rare.

For there's no love that can compare,

To a mother's love, so pure and fair.

It's a bond that lasts through all life's strife,

A love that endures beyond this life.

Editing

If you need help editing a paragraph, ChatGPT can assist you in making it more persuasive, concise, formal, informal, accurate, or professional. Simply specify the type of editing you require, and ChatGPT will use its advanced language processing capabilities to provide you with the best possible results. Whether you need assistance with grammar, tone, or word choice, ChatGPT can help you polish your writing and take it to the next level.

Input: *"Please improve this paragraph: Starting a business can be expensive. Before starting a business, it is important to understand the market trend as well as identifying potential customers and competitors. It is also important to have enough funding for your ongoing operations."*

Output:

Starting a business can require significant financial investment, so it's essential to approach it strategically. Before launching your business, it's crucial to research the market trends and analyze the competitive landscape. This will help you identify potential customers and understand the needs and preferences of your target market. Additionally, securing adequate funding for your ongoing operations is critical to ensure that your business can withstand any financial challenges that may arise. By conducting thorough research and developing a comprehensive funding strategy, you can set your business up for long-term success.

Keywords

Input: *"Please generate a list of keywords related to this topic: Psychology."*

Output:

Here are some keywords related to psychology:

- Mental health
- Behavior
- Emotion
- Perception
- Personality
- Cognitive processes
- Psychopathology
- Motivation
- Learning
- Developmental psychology

- Social psychology
- Neuroscience
- Abnormal psychology
- Clinical psychology
- Counseling psychology
- Positive psychology
- Experimental psychology
- Humanistic psychology
- Evolutionary psychology
- Forensic psychology.

Explaining Terminology

Input: *"Explain the meaning of Capital Expenditure"*

Output:

Capital expenditure, also known as capital expense or CapEx, refers to the funds that a company invests in long-term assets that are expected to generate benefits over a period of multiple years. These assets can include property, plant, and equipment, such as buildings, machinery, vehicles, and computers.

Capital expenditures are typically made to improve the efficiency or productivity of a business, or to expand its operations. For example, a manufacturing company might invest in new machinery to increase production capacity, while a retail company might invest in new stores to expand its reach.

Unlike operating expenses, which are expenses incurred in the day-to-day operations of a business, capital expenditures are considered investments in the future of the business. Typically, they are planned in advance and require a significant number of financial resources.

Capital expenditures are important because they can have a significant impact on a company's financial performance and growth potential. They are also subject to depreciation, which is the process of allocating the cost of a long-term asset over its useful life. Depreciation is used to spread the cost of the asset over its useful life, rather than recognizing the entire cost in a single period, which can improve a company's financial reporting and tax liability.

Motivational Speech

Here are some topics for a motivational speech:

- The power of positive thinking
- Overcoming adversity

- Unlocking your potential
- Embracing change
- Pursuing your passions
- Developing a growth mindset
- Finding your purpose in life
- Building resilience
- Embracing failure as a learning opportunity
- Taking risks and stepping out of your comfort zone
- Finding motivation in difficult times
- Turning setbacks into comebacks
- Overcoming self-doubt and negative self-talk
- Creating a vision for your future
- The importance of hard work and perseverance
- Pursuing excellence in all areas of life
- Leading with courage and conviction
- Cultivating meaningful relationships
- Living a life of gratitude and appreciation
- Making a difference in the world through your actions.

Let's try the first topic:

Input: *"Generate a speech for The Positive of Thinking."*

Output:

Sure! Here's a sample speech on the power of positive thinking:

Good morning, everyone. Today, I want to talk about the power of positive thinking and how it can transform your life. We all face challenges and setbacks in life, but the way we think about those challenges can make all the difference.

Positive thinking is more than just a mindset - it's a way of life. When we think positively, we are more optimistic, more resilient, and more creative. We are better equipped to handle adversity, and we are more likely to succeed in our personal and professional lives.

One of the most significant benefits of positive thinking is that it can reduce stress and anxiety. When we focus on the positive aspects of our lives, we feel happier and more content. This, in turn, can lead to better mental and physical health, improved relationships, and greater success in our careers.

Positive thinking can also help us to be more successful. When we believe in ourselves and our abilities, we are more likely to take risks and pursue our goals with passion and enthusiasm. We are more resilient in the face of failure, and we are better equipped to learn from our mistakes and try again.

So, how can we cultivate a more positive mindset? One way is to focus on gratitude. When we take the time to appreciate the good things in our lives, we become more mindful of the positive aspects of our experiences. We can also try to reframe our thoughts to focus on the opportunities and possibilities that exist in every situation.

In conclusion, positive thinking is a powerful tool that can transform our lives in many ways. By cultivating a positive mindset, we can reduce stress, improve our mental and physical health, and increase our chances of success. So, let's choose to think positively today and every day, and see how it can impact our lives in amazing ways. Thank you.

Pet Behavior

Here are some topics related to pet behavior:

- Understanding your pet's body language
- Training your pet using positive reinforcement
- Addressing separation anxiety in pets
- Managing aggression in dogs and cats

- Socializing your pet with other animals and humans
- Preventing and managing destructive behavior in pets
- Addressing fear and anxiety in pets
- House training your pet
- Addressing problem barking in dogs
- Understanding territorial behavior in pets
- Preventing and managing digging and chewing behavior in dogs
- Managing scratching behavior in cats
- The impact of nutrition on pet behavior
- The role of exercise in managing pet behavior
- Addressing attention-seeking behavior in pets.

Let's try the first topic:

Input: *"Please explain the pet's body language."*

Output:

Pets communicate a great deal of information through their body language, and understanding their signals can help you better understand their needs, feelings, and behavior.

Here are some common body language cues in pets:

1. Tail: A wagging tail in dogs can indicate excitement, while a tucked tail can indicate fear or anxiety. In cats, a tail held high indicates confidence, while a tail tucked between the legs can indicate fear.
2. Ears: Ears held forward in dogs and cats indicate attentiveness, while ears held back can indicate fear or anxiety.
3. Eyes: Dilated pupils in cats and dogs can indicate fear or excitement, while narrowed pupils can indicate aggression or defensiveness.
4. Posture: A relaxed and open body posture in dogs and cats indicates comfort and relaxation, while a tense, crouched posture can indicate fear or aggression.
5. Vocalization: Different types of vocalizations, such as barking, meowing, growling, or purring, can indicate different emotions or needs.
6. Licking and yawning: Dogs and cats may lick their lips or yawn when feeling anxious or stressed.
7. Smell: A pet's sense of smell is an important way they communicate with the world, and they may use scent marking to communicate with other animals or mark their territory.

By observing your pet's body language, you can better understand their needs and feelings, and provide appropriate care and attention.

Titles

Input: *"Please generate some fancy titles based on the following words: Overcoming, Unlocking, Developing, Embracing, Pursuing, Building, Opportunity, Potential, Learning, Failure."*

Output:

Here are some fancy titles based on the given words:

- Overcoming Adversity: How to Triumph in the Face of Challenge
- Unlocking Your Potential: Unleashing Your Inner Greatness
- Developing Mastery: The Path to Professional Success
- Embracing Change: Embracing the New and Unlocking Possibilities
- Pursuing Excellence: The Pursuit of Success and Fulfillment
- Building Connections: The Power of Networking and Relationship-Building

- Opportunity Knocks: How to Seize Opportunities and Create Your Own Luck
- Unleashing Potential: Empowering Yourself to Achieve Your Dreams
- Learning from Failure: Embracing Mistakes and Bouncing Back Stronger
- From Failure to Success: The Journey of Overcoming Obstacles and Achieving Greatness

Summarization

Input: *"Please summarize the movie "The Matrix."*

Output:

"The Matrix" is a science fiction action film that follows the story of Neo, a computer programmer who discovers that the world he lives in is actually a simulated reality created by sentient machines to keep humans under control. Neo joins a rebellion against the machines and learns how to manipulate the simulated reality, known as the Matrix, to fight back against them. Along the way, he is aided by Morpheus, a freedom fighter, and Trinity, a skilled hacker, as they battle the machines and their agents in thrilling action sequences. The film explores themes of reality, perception, and the nature of existence.

Translation

Although you can use Google Translate, ChatGPT can also improve and correct the translation.

Input: *Translate to English: "Vào năm 2015, do một nhóm Khoa học gia Điện toán, Nhà lập trình và Nhà đầu tư tài ba như Elon Musk, Sam Altman, Greg Brockman và Ilya Sutskever đã thành lập một công ty với tên OpenAI với mục đích nghiên cứu và phát triển các công nghệ trí tuệ nhân tạo (AI), một hệ thống máy tính điện tử được được thiết kế để bắt chước quá trình tư duy của con người, chẳng hạn như học tập, lập luận và giải quyết vấn đề, và phân tích dữ liệu."*

Output:

In 2015, a group of computer scientists, programmers, and talented investors such as Elon Musk, Sam Altman, Greg Brockman, and Ilya Sutskever founded a company called OpenAI with the purpose of researching and developing artificial intelligence (AI) technologies - an electronic computer system designed to mimic human thought processes, such as learning, reasoning, problem-solving, and data analysis.

Educational Materials

Input: *"Can you create a quiz about world geography for high school students?"*

Output:

Sure, here's a short quiz about world geography that might be suitable for high school students:

1. What is the largest country in the world by land area? a. Canada b. Russia c. China d. United States
2. Which continent is the smallest in terms of land area? a. Europe b. Australia c. South America d. Antarctica
3. What is the capital city of Brazil? a. Rio de Janeiro b. Brasília c. São Paulo d. Salvador
4. What is the official language of Pakistan? a. English b. Hindi c. Arabic d. Urdu
5. Which of the following countries is not located in Africa? a. Egypt b. Turkey c. Kenya d. South Africa

Answers:

1. b. Russia
2. b. Australia
3. b. Brasília

4. d. Urdu
5. b. Turkey

Note: This is just a sample quiz, and you can customize it to your needs and preferences. You can also add more questions or increase the difficulty level depending on the students' knowledge and abilities.

***

Input: "*Can you provide a step-by-step guide for solving quadratic equations?*"

Output:

Yes, here is a step-by-step guide for solving quadratic equations:

- Make sure the quadratic equation is in standard form, which is $ax^2 + bx + c = 0$. If the equation is not in standard form, rearrange the terms to get it into that form.
- Identify the values of a, b, and c in the equation.
- Use the quadratic formula, which is $x = (-b \pm \sqrt{(b^2 - 4ac)}) / 2a$, to solve for x. This formula works for any quadratic equation in standard form.

- Substitute the values of a, b, and c into the quadratic formula.
- Simplify the expression inside the square root by calculating $b^2 - 4ac$.
- Take the square root of the simplified expression to get the value of $\sqrt{(b^2 - 4ac)}$.
- Solve for both possible values of x by plugging in the values of b, a, c, and $\sqrt{(b^2 - 4ac)}$ into the quadratic formula.
- Check your answer by plugging each possible value of x back into the original equation. If the value of x satisfies the equation, then it is a valid solution.
- If the discriminant ($b^2 - 4ac$) is negative, then there are no real solutions to the equation, and the answer will involve imaginary numbers.
- Finally, write down the solution or solutions to the equation, being sure to indicate if they are real or imaginary numbers.

Note: Solving quadratic equations can sometimes be challenging, so it's important to practice and review the steps regularly to gain proficiency.

Information

Input: *"Please provide a list of ten affordable areas in Northern California, along with brief information on average housing costs, lifestyle, and job opportunities."*

Output:

- Redding: Average housing cost is around $300,000. The lifestyle is relaxed, with many outdoor recreational activities available such as hiking and fishing. Job opportunities are available in healthcare, retail, and education.
- Chico: Average housing cost is around $400,000. The lifestyle is laid back, with a focus on outdoor activities such as biking and hiking. Job opportunities are available in education, healthcare, and retail.
- Yuba City: Average housing cost is around $300,000. The lifestyle is relaxed, with a focus on outdoor activities such as fishing and boating. Job opportunities are available in healthcare, retail, and agriculture.
- Oroville: Average housing cost is around $230,000. The lifestyle is relaxed, with many outdoor recreational activities available such as fishing and

hiking. Job opportunities are available in healthcare, education, and retail.
- Eureka: Average housing cost is around $350,000. The lifestyle is laid back, with a focus on outdoor activities such as hiking and surfing. Job opportunities are available in healthcare, education, and tourism.
- Crescent City: Average housing cost is around $200,000. The lifestyle is relaxed, with many outdoor recreational activities available such as hiking and fishing. Job opportunities are available in healthcare, education, and tourism.
- Ukiah: Average housing cost is around $400,000. The lifestyle is relaxed, with a focus on outdoor activities such as hiking and wine tasting. Job opportunities are available in healthcare, education, and agriculture.
- Clearlake: Average housing cost is around $200,000. The lifestyle is relaxed, with many outdoor recreational activities available such as fishing and boating. Job opportunities are available in healthcare, retail, and hospitality.
- Susanville: Average housing cost is around $250,000. The lifestyle is relaxed, with a focus on outdoor activities such as hiking and camping. Job

opportunities are available in healthcare, education, and government.
- Willows: Average housing cost is around $200,000. The lifestyle is relaxed, with many outdoor recreational activities available such as fishing and hiking. Job opportunities are available in agriculture, healthcare, and education.

Please note that this information is based on general data and can vary depending on specific neighborhoods and circumstances. It's always a good idea to do thorough research before deciding to move to any area.

Dream Interpreter

Input: *"Please generate a list of common dreams and provide an explanation for each one."*

Output:

Sure, here are some common dreams and their potential meanings:

1. Falling: This dream can represent a sense of losing control, anxiety, or insecurity.

2. Being chased: Dreaming about being chased can indicate feelings of stress, anxiety, or a sense of being overwhelmed.
3. Flying: Dreaming about flying can represent a sense of freedom, or a desire for escape from everyday life.
4. Teeth falling out: Dreaming about teeth falling out can be associated with feelings of insecurity, a fear of aging, or a sense of powerlessness.
5. Being unprepared: Dreaming about being unprepared for an exam or presentation can indicate feelings of anxiety or a lack of confidence.
6. Naked in public: Dreaming about being naked in public can represent feelings of vulnerability or exposure.
7. Meeting a celebrity: Dreaming about meeting a celebrity can represent a desire for fame or success, or can be associated with feelings of admiration.
8. Seeing a deceased loved one: Dreaming about a deceased loved one can represent a desire for closure, or a sense of longing.
9. Taking an exam: Dreaming about taking an exam can indicate feelings of pressure, anxiety, or a need to prove oneself.

10. Losing something important: Dreaming about losing something important, such as a wallet or phone, can represent a fear of loss or change.

It's important to remember that dream interpretations are highly personal, and the meanings of these common dreams can vary based on the individual and their experiences.

Prompt Roadmap

A prompt roadmap is a plan or strategy for generating prompts to use with a language model or other text generation tool. It involves identifying the specific categories, themes, or topics that the prompts will be focused on, as well as determining the best ways to structure the prompts for optimal results.

The roadmap typically involves brainstorming and researching potential prompt ideas, organizing them into categories, and then testing them to see which ones are most effective at generating desired output from the language model. It may also involve adjusting the prompts based on the results of the testing to continually improve their effectiveness.

Having a prompt roadmap can be helpful for writers, content creators, and marketers who use language models or other text generation tools to generate content. It can help ensure that the prompts are relevant, engaging, and effective in producing the desired output.

Input: *"I am interested in writing a novel, could you please guide me on how to get started?"*

Output:

Sure, here are some steps to help you get started with writing your novel:

1. Choose a genre: Decide on the type of novel you want to write, such as romance, mystery, or science fiction.
2. Develop your characters: Think about who your main characters will be, their backgrounds, personalities, and motivations.
3. Create an outline: Develop a rough outline of your story, including the plot, setting, and major events.
4. Start writing: Begin with a strong opening that hooks the reader and start writing your first draft.

5. Set a writing schedule: Dedicate time each day or week to work on your novel to stay on track and make progress.
6. Seek feedback: Once you've completed your first draft, seek feedback from beta readers or a writing group to help refine your work.
7. Revise and edit: Use feedback to make revisions to your story, and edit for grammar, spelling, and clarity.
8. Consider professional editing: Consider hiring a professional editor to provide a more comprehensive critique of your work.

Remember, writing a novel is a journey, and it takes time, patience, and perseverance. Stay committed to your story and keep writing, and you'll be well on your way to creating a great novel.

Input: "Can you suggest some themes?"

Output:

Certainly! Here are some themes you might consider for your love story novel:

1. Longing and desire
2. Forbidden love

3. Second chances
4. Triumph over adversity
5. Love in the face of tragedy
6. Unexpected love
7. Love across cultures or social classes
8. Love in a time of war or conflict
9. Redemption through love
10. Love that transcends time or space.

Input: *"Thank you. I like Item #3. How do I start?"*

Output:

Great! Starting a novel can be daunting, but here are a few steps that can help you get started on your love story:

1. Brainstorm your story: Start by brainstorming ideas for your love story. Consider the characters, setting, and plot elements that will make up your story. You can use a notebook or a digital tool to jot down your ideas.
2. Develop your characters: Once you have a basic idea of the story, start to flesh out your characters. Who are the main characters? What are their personalities, motivations, and backstories? Create

characters that readers can connect with and care about.
3. Outline your plot: Now that you have your characters, it's time to start thinking about the plot of your novel. What obstacles will your characters face on their journey to finding love? What will be the turning points and climactic moments of the story?
4. Write a first draft: Once you have a solid outline, start writing your first draft. Don't worry about making it perfect; just get your ideas down on paper. You can always revise and edit later.
5. Revise and edit: After you've completed your first draft, take a break from your work and come back to it with fresh eyes. Revise and edit your story to make sure it flows well, the characters are well-developed, and the plot is engaging.
6. Choose a title: When you're happy with your final draft, it's time to choose a title that reflects the heart of your love story. You can choose a title that hints at the plot, the theme, or the emotions that your story evokes.

Remember, writing a novel is a process, and it takes time and dedication to create a story that truly resonates with readers. Good luck with your love story!

Input: *"Please explain the differences between Preface, Prologue, Introduction, and Foreword."*

Output:

Preface, prologue, introduction, and foreword are all parts of a book that appear before the main text. Although they may seem similar, each of them serves a unique purpose.

1. Preface: A preface is a short introduction to a book that is usually written by the author. It provides information about the book's purpose, its audience, and its scope. The preface may also explain the author's motivation for writing the book and acknowledge any sources or individuals who contributed to its creation.
2. Prologue: A prologue is an introductory section that appears before the first chapter of a book. It is usually used to set the stage for the story, introduce the main characters, or provide background information. A prologue can also be used to create a sense of anticipation or mystery, or to hook the reader's attention.
3. Introduction: An introduction is a section that appears at the beginning of a book, usually written by the author. It provides an overview of the book's

content, explains its purpose, and may provide some historical or cultural context. The introduction is designed to give readers a sense of what to expect from the book and why they should read it.
4. Foreword: A foreword is a section that appears at the beginning of a book, usually written by someone other than the author. It is typically written by an expert in the field or a notable figure who can provide additional context or insights into the book's content. A foreword may also provide a personal endorsement of the book, helping to establish its credibility and appeal to readers.

In summary, while these four terms all refer to introductory sections of a book, they each have a different purpose and are written by different people. The preface is written by the author and provides information about the book's purpose and creation. The prologue is used to set the stage for the story. The introduction is written by the author and gives an overview of the book's content and purpose. The foreword is written by someone other than the author and provides additional context or insights into the book's content.

CHAPTER IV:

BUSINESS WRITING PROMPTS

Blogs and articles

Input: *"What are the benefits of meditation for mental health?"*

Output:

Meditation has been shown to provide a number of benefits for mental health. Some of the key benefits include:

- Reducing stress and anxiety: Regular meditation practice can help reduce the symptoms of stress and anxiety by promoting relaxation and calming the mind.
- Improving focus and attention: Meditation can help improve concentration and focus, making it easier to complete tasks and stay on track.
- Enhancing emotional well-being: Meditation can help individuals become more aware of their emotions and develop greater emotional resilience and stability.
- Boosting self-awareness: Meditation can help individuals become more aware of their thoughts and behaviors, which can help them identify and change negative patterns.

- Enhancing cognitive function: Meditation has been shown to improve cognitive function and memory, potentially reducing the risk of cognitive decline.
- Improving sleep quality: Meditation can promote relaxation and improve sleep quality, reducing the risk of sleep-related disorders such as insomnia.

Overall, meditation is a powerful tool for promoting mental health and well-being. By incorporating meditation into a daily routine, individuals can experience these benefits and improve their overall quality of life.

***

Input: *"The importance of self-care when trying to lose weight."*

Output:

Self-care is a critical component of any successful weight loss journey. It is essential to prioritize taking care of yourself and your well-being to ensure that you stay motivated and make sustainable changes that will lead to long-term weight loss success. Here are some reasons why self-care is so important when trying to lose weight:

- Reduces stress and anxiety: Trying to lose weight can be stressful, especially if you're not seeing the results you want or if you're dealing with cravings and temptations. Taking care of yourself through activities like exercise, meditation, and relaxation techniques can help reduce stress and anxiety and make it easier to stick to your weight loss plan.
- Boosts confidence: When you take care of yourself, you feel better both physically and mentally. This can help boost your confidence and make it easier to stay motivated and committed to your weight loss goals.
- Improves sleep quality: Good sleep is essential for weight loss success. Self-care activities like meditation and relaxation techniques can help improve sleep quality, which, in turn, can help regulate hormones that affect hunger and metabolism.
- Increases energy levels: Eating a healthy diet and getting regular exercise are essential for weight loss success, but they can also be physically demanding. Self-care activities like getting enough sleep, taking breaks, and engaging in relaxing activities can help increase your energy levels and make it easier to stick to your weight loss plan.

- Promotes overall health: Focusing on self-care can help improve your overall health and well-being, not just your weight. Engaging in activities like exercise, healthy eating, and stress-reducing techniques can help lower your risk of chronic diseases and improve your overall quality of life.

In conclusion, self-care is an essential component of any successful weight loss journey. By prioritizing your physical and mental health and engaging in activities that promote well-being, you can stay motivated, reduce stress, and make sustainable changes that will lead to long-term weight loss success.

Product descriptions and reviews

Input: *"What are the pros and cons of this fitness tracker? "2021 Version Fitness Tracker with 24/7 Body Temperature Heart Rate Sleep Health."*

Output:

Pros:

- 24/7 monitoring: This fitness tracker provides continuous monitoring of key health metrics such as body temperature, heart rate, and sleep patterns,

which can help individuals track their progress and identify areas for improvement.
- Improved health awareness: By providing data on key health metrics, this fitness tracker can help individuals become more aware of their health and make informed decisions about their lifestyle.
- Goal setting and tracking: The fitness tracker can help individuals set and track their fitness goals, which can help motivate them to stay on track and achieve their objectives.
- Easy to use: The 2021 version of this fitness tracker is likely to come with a user-friendly interface and easy-to-navigate features, making it accessible and convenient to use.
- Cons:
- Limited accuracy: Fitness trackers can be prone to errors and inaccuracies, particularly when it comes to measuring certain metrics like body temperature. This can result in unreliable data and potentially inaccurate readings.
- Cost: Fitness trackers can be relatively expensive, with prices varying depending on the model and brand. This may be a barrier for some individuals who are looking for a more affordable option.
- Dependency on technology: As with any device that relies on technology, this fitness tracker may be

- prone to malfunctions or failures, which can disrupt the user's ability to track their health metrics effectively.
- Privacy concerns: With the constant monitoring of personal health data, there may be concerns about the privacy and security of this information, particularly if it is being transmitted to third-party servers or applications.

Overall, while the 2021 version of this fitness tracker provides some useful features for monitoring health and fitness, it is important to consider both the benefits and drawbacks before making a purchase decision.

Emails and messages

Input: *"Can you help me draft a professional email to request a job interview?"*

Output:

Subject: Request for Job Interview

Dear [Hiring Manager's Name],

I hope this email finds you well. I am writing to express my strong interest in the [position name] role at [company name], and to request an opportunity to interview for the position.

I have [briefly describe your qualifications, skills, and experience that make you a strong fit for the position]. I believe that my skills and experience would be a valuable asset to the team at [company name], and I am excited about the opportunity to contribute to the organization's success.

I understand that you may receive a high volume of applications and that your time is valuable. If possible, I would appreciate the opportunity to discuss my qualifications and interest in the position in more detail through an interview. I am available [provide your availability for an interview, such as dates and times], and I am happy to adjust my schedule to accommodate your availability.

Please let me know if there is any additional information that you require from me, and I would be happy to provide it. Thank you for your time and consideration.

Best regards,

[Your Name]

Input: *"How should I respond to a customer complaint about a product?"*

Output:

Responding to a customer complaint about a product is an important aspect of customer service. Here are some steps you can follow to effectively address a customer complaint:

- Acknowledge the complaint: Start by acknowledging the customer's complaint and expressing your concern for their experience. This shows the customer that you are listening and care about their satisfaction.
- Apologize: Apologize for any inconvenience or negative experience the customer has had with your product. This can help diffuse the customer's frustration and show that you take their concerns seriously.
- Gather more information: Ask the customer for more details about the issue they experienced with the product. This can help you understand the problem better and find a solution that meets their needs.
- Offer a solution: Provide the customer with a solution that addresses their complaint. This could

involve offering a replacement product, a refund, or another resolution that meets their needs.
- Follow up: After offering a solution, follow up with the customer to ensure that they are satisfied with the outcome. This shows that you value their feedback and are committed to their satisfaction.

Here is an example response:

Dear [Customer's Name],

Thank you for bringing this issue to our attention. We're sorry to hear that you had a negative experience with our product. We take all customer complaints seriously and want to make things right.

Can you provide us with more information about the issue you experienced with the product? This will help us better understand the problem and find a solution that meets your needs.

In the meantime, we would like to offer you [insert a resolution that addresses their complaint, such as a replacement product or refund]. Please let us know if this would be a satisfactory resolution for you.

We value your feedback and are committed to ensuring your satisfaction with our products. Please don't hesitate to contact us if you have any further questions or concerns.

Best regards,

[Your Name]

Input: *"What's a polite way to decline an invitation to a social event?"*

Output:

When declining an invitation to a social event, it's important to be polite and respectful of the invitation and the person who extended it. Here is an example of how you could decline an invitation politely:

Dear [Host's Name],

Thank you so much for inviting me to [event name]. I really appreciate the kind offer and I'm sure it will be a wonderful event.

Unfortunately, I won't be able to attend [event name] as I already have a prior commitment that day. I am really disappointed that I won't be able to make it and I apologize for any inconvenience this may cause.

Thank you again for thinking of me and extending the invitation. I hope we can catch up soon.

Best regards,

[Your Name]

Marketing Copy

Input: *"Write a slogan for a coffee brand that emphasizes its unique flavor and high-quality beans."*

Output: *"Indulge in the rich, bold taste of our premium coffee beans."*

Input: *"Come up with a tagline for a new car model that highlights its performance and sleek design."*

Output: *"Experience power and elegance in motion with our new car model."*

Customer Service

Input: *"Please write a standard return policy."*

Output:

Here's a sample return policy that can be adapted for a variety of businesses:

Return Policy:

We want you to be completely satisfied with your purchase. If for any reason you are not satisfied, we will gladly accept returns within 30 days of purchase. To be eligible for a return, the item must be unused and in its original packaging.

To initiate a return, please contact our customer service team at [insert contact information]. We will provide you with instructions on how to return the item, including the shipping address and any necessary forms.

Once we receive the returned item, we will inspect it to ensure that it meets the return criteria. If the item is eligible for a return, we will issue a refund to your original form of payment. Please note that it may take several business days for the refund to appear on your account.

If the item is not eligible for a return, we will contact you to discuss alternative options.

Please note that we do not cover the cost of return shipping unless the item is defective or damaged upon receipt. In that case, we will provide a pre-paid shipping label for you to use.

If you have any questions about our return policy or the return process, please contact us at [insert contact information].

Thank you for your business, and we look forward to serving you again in the future.

Business Plan

Input: *"What are the best practices for starting a small business?"*

Output:

Starting a small business can be a challenging and complex process, but there are several best practices that can help increase the chances of success. Here are some of the most important best practices for starting a small business:

- Develop a solid business plan: A business plan outlines your company's objectives, strategies, and

financial projections. It serves as a roadmap for your business and helps you stay focused on your goals.
- Conduct market research: Before starting a business, it's important to research the market and understand your target audience. This will help you identify potential customers, competitors, and market trends.
- Secure adequate funding: Starting a business can be expensive, so it's important to secure enough funding to cover your initial expenses and ongoing operations. Consider sources such as loans, grants, and crowdfunding.
- Build a strong team: Your team is critical to the success of your business. Hire individuals with the right skills and experience, and build a culture that encourages collaboration and innovation.
- Establish a strong online presence: In today's digital age, it's essential to have a strong online presence to reach potential customers. Build a website, create social media accounts, and engage with your audience through various channels.
- Focus on customer service: Providing excellent customer service can help differentiate your business from competitors and build a loyal customer base. Make sure to prioritize customer satisfaction in all your operations.

- Monitor your finances: Regularly track your financial performance, including revenue, expenses, and cash flow. This will help you make informed decisions and ensure the financial health of your business.

By following these best practices, you can increase the chances of success for your small business and set yourself up for long-term growth and profitability.

Sales

Input: *"Please create a professional sales email for my company selling cosmetic products."*

Output:

Dear [Prospective Customer],

We are excited to introduce you to our line of premium cosmetic products. Our products are crafted with the highest-quality ingredients, designed to help you achieve your beauty goals and enhance your natural features.

Our cosmetics range includes [list of products]. Each product is carefully formulated to provide long-lasting, flawless coverage and a radiant, healthy glow.

We are committed to providing our customers with exceptional service, which is why we offer free shipping on all orders over [dollar amount]. In addition, our products come with a satisfaction guarantee. If for any reason you are not completely satisfied with your purchase, we will gladly offer a refund or exchange within [number of days] days of purchase.

We are confident that you will love our products and the results they deliver. To place an order or to learn more about our product line, please visit our website [insert website URL] or contact us at [insert contact information].

Thank you for considering our cosmetic products. We look forward to the opportunity to serve you and help you achieve your beauty goals.

Best regards,

[Your Name] [Your Company]

Product Comparisons

Input: *"Please generate a comparison of the iPhone 12 and Samsung 20."*

Output:

Here's a comparison of the iPhone 12 and Samsung Galaxy S20:

Design and Display: The iPhone 12 features a 6.1-inch Super Retina XDR display with Ceramic Shield front cover, while the Samsung Galaxy S20 features a slightly larger 6.2-inch Dynamic AMOLED 2X display. Both devices have a sleek and modern design, with the iPhone 12 featuring a flat-edge design and the Galaxy S20 featuring a curved-edge display.

Camera: The iPhone 12 has a dual-camera system with a 12MP Ultra-Wide and Wide camera, while the Samsung Galaxy S20 features a triple-camera system with a 12MP Ultra-Wide, 12MP Wide, and 64MP Telephoto camera. Both cameras are capable of taking high-quality photos and videos, but the Galaxy S20's additional telephoto lens allows for greater zoom capabilities.

Performance: The iPhone 12 is powered by the A14 Bionic chip, which Apple claims is the fastest chip in a smartphone. The Samsung Galaxy S20 is powered by either a Snapdragon 865 or Exynos 990 chipset, depending on the region. Both devices offer fast and smooth performance, with the iPhone 12 having an edge in terms of benchmark scores.

Battery Life: The iPhone 12 has a 2,815mAh battery, while the Samsung Galaxy S20 has a larger 4,000mAh battery. Both devices offer all-day battery life with moderate usage, but the Galaxy S20's larger battery may provide longer battery life overall.

Price: The iPhone 12 starts at $799, while the Samsung Galaxy S20 starts at $999. The Galaxy S20 Ultra, which offers additional features such as a larger display and 108MP camera, starts at $1,399.

Overall, both the iPhone 12 and Samsung Galaxy S20 are excellent smartphones with top-of-the-line features and performance. The choice between the two ultimately comes down to personal preferences in terms of design, camera capabilities, and operating system.

Product Review

Input: *"Generate a review for the top 10 electric vehicles in 2021."*

Output:

Sure, here's a review of the top 10 electric vehicles in 2021:

1. Tesla Model S: The Tesla Model S is a luxury electric sedan with excellent performance and impressive range, making it one of the top electric vehicles on the market.
2. Ford Mustang Mach-E: The Ford Mustang Mach-E is a stylish and practical electric SUV with plenty of range and a comfortable interior.
3. Audi e-Tron: The Audi e-Tron is a refined and luxurious electric SUV with a smooth and quiet ride, making it a great choice for families.
4. Porsche Taycan: The Porsche Taycan is a high-performance electric sports car with exceptional handling and acceleration, making it a favorite among driving enthusiasts.
5. Volkswagen ID.4: The Volkswagen ID.4 is a versatile and spacious electric SUV with a comfortable ride

and modern features, making it a great value option.
6. Chevrolet Bolt EV: The Chevrolet Bolt EV is an affordable and practical electric car with plenty of range and a spacious interior.
7. Kia Niro EV: The Kia Niro EV is a stylish and practical electric crossover with excellent range and a comfortable interior.
8. Hyundai Kona Electric: The Hyundai Kona Electric is a fun and sporty electric crossover with an impressive range and a well-designed interior.
9. Nissan Leaf: The Nissan Leaf is one of the original electric vehicles and remains a popular choice for its affordability, reliability, and practicality.
10. Tesla Model 3: The Tesla Model 3 is a compact electric sedan with exceptional performance, cutting-edge technology, and impressive range, making it one of the top-selling electric vehicles in the world.

Overall, electric vehicles are becoming more popular and accessible, with a wide range of options to fit different needs and budgets. With the increasing availability of charging stations and improvements in range and performance, electric vehicles are an excellent choice for environmentally conscious drivers who want to save on fuel costs and enjoy a smooth and quiet ride.

Input: *"Please generate more details for item #10."*

Output:

Sure, here are some more details on the Tesla Model 3:

The Tesla Model 3 is a compact electric sedan that offers a range of up to 358 miles on a single charge, making it one of the most long-range electric vehicles available. It has a sleek and minimalist design with a spacious interior, featuring a large touchscreen display that controls almost all of the car's functions. The Model 3 has exceptional performance, with a 0-60 mph time of just 5.3 seconds and a top speed of 140 mph. It also comes with advanced driver assistance features such as automatic emergency braking and adaptive cruise control.

The Model 3 is available in several different configurations, including rear-wheel drive and all-wheel drive options, as well as a Performance version with even more power and sport-tuned suspension. It also offers a number of optional features, such as a glass roof, premium audio system, and upgraded interior materials.

One of the most impressive aspects of the Model 3 is its charging capabilities. It can be charged at home using a standard 120-volt outlet or a 240-volt charging station, and it can also take advantage of Tesla's extensive Supercharger network for fast charging on long trips. The Model 3's battery can also be preheated or cooled to optimize performance and range in extreme temperatures.

Overall, the Tesla Model 3 offers a winning combination of style, performance, and range, making it a top pick for anyone looking for an electric vehicle with plenty of features and capabilities.

Input: *"What about the pros and cons of this model?"*

Output:

Sure, here are some pros and cons of the Tesla Model 3:

Pros:

- Excellent performance and handling, with quick acceleration and responsive steering

- Long range, with up to 358 miles on a single charge, making it one of the most long-range electric vehicles available
- Sleek and stylish design with a spacious and comfortable interior
- Advanced technology, including a large touchscreen display and advanced driver assistance features
- Fast charging using Tesla's extensive Supercharger network
- Low maintenance, with no oil changes or traditional engine maintenance required
- Environmental benefits, with zero emissions and lower carbon footprint compared to traditional gasoline-powered vehicles

Cons:

- Higher price point compared to some other electric vehicles
- Limited availability of charging stations in some areas
- Some drivers may find the touchscreen interface to be distracting or difficult to use
- Potential for long wait times for repairs or service due to limited availability of Tesla service centers

- Limited cargo space compared to some traditional gas-powered sedans

Overall, the Tesla Model 3 is a top pick for anyone looking for a high-performance electric vehicle with exceptional range and advanced technology, although it may not be the best fit for drivers who prioritize cargo space or are on a tight budget.

Facebook Ad

Input: *"Please generate Facebook ads for a hair care product and a skin care product."*

Output:

The Ultimate Hair Care Product You Need to Try. Ad: Say goodbye to bad hair days and experience the ultimate hair care solution with our revolutionary product. Our formula is designed to nourish and strengthen your hair, leaving it looking and feeling healthy and beautiful. Try it today and transform your hair care routine for good.

Discover the Secret to Flawless Skin in Just 7 Days. Ad: Want to achieve flawless skin in just 7 days? Look no further than our powerful skincare product. Our unique formula is designed to reduce the appearance of fine lines and wrinkles, while hydrating and nourishing your skin. Discover the secret to beautiful skin and try it today.

CHAPTER V:

TIPS AND TOOLS

More Tips for ChatGPT

1. Keep inputs or questions in the same context

When using ChatGPT, keeping the question or input within the same context means ensuring that your queries or statements are related to the same topic or theme in order to get consistent and coherent responses. ChatGPT doesn't have a long-term memory of past interactions, so it's crucial to provide enough context in each message for the model to understand and respond accurately.

For example, if you are discussing climate change and suddenly switch to talking about ancient history without providing context, the model may not understand the connection between the two topics and might generate a response that doesn't make sense or is unrelated to your intended question.

To avoid such issues, try to:

- Provide relevant context: Clearly mention the topic or theme you want the model to address in your question or statement. This helps the model to better understand your intent and generate an appropriate response.

- Maintain topic consistency: When asking follow-up questions or providing additional information, make sure it's related to the current topic of conversation. This helps the model stay focused on the subject matter and generate coherent responses.
- Be explicit about your expectations: If you want specific information or a particular type of response, mention it explicitly in your input. This helps guide the model towards generating the desired output.

By keeping your inputs within the same context, you increase the chances of getting relevant, coherent, and accurate responses from ChatGPT.

2. Use clear and concise questions when interacting with ChatGPT.

- Providing clear and concise questions helps the model understand your intent and generate more accurate and relevant responses. Here are some tips to help you ask clear and concise questions:
- Be specific: Clearly state the information you're looking for or the topic you want to discuss. This helps the model understand the context and focus on providing the desired response.

- Use simple language: Avoid using complex vocabulary, jargon, or overly long sentences. Instead, use simple, everyday language to help the model understand your question more easily.
- Break down complex queries: If you have a complex question, consider breaking it down into smaller, more manageable parts. This can make it easier for the model to address each aspect of your question and provide more accurate responses.
- Include context: If your question refers to a specific topic or prior conversation, provide enough context for the model to understand the connection and generate a relevant response.

By asking clear and concise questions, you can improve the quality of responses you receive from ChatGPT and enhance your overall experience interacting with the model.

3. Word count limit

To generate text on a topic, simply ask ChatGPT to write around 500 words and follow up with another prompt such as 'Please keep going' or 'Please continue.' The maximum output length for ChatGPT 4 may exceed 25,000 words.

In addition, you can request ChatGPT to curate a list of prompts on a specific topic. For example, if you plan to write an article on the art of drinking wine, you can ask ChatGPT to generate relevant prompts for this subject matter.

Input: I am planning to write an article titled 'The Art of Drinking Wine.' Can you please provide me with a list of prompts?

Output:

Sure, I'd be happy to help! Here are some prompts to get you started on writing your article about "The Art of Drinking Wine":

- What are the different types of wine, and what are the characteristics of each type?
- How can you properly store wine to maintain its flavor and aroma?
- What are the key factors to consider when choosing a wine to pair with a meal?
- How does the glassware use affect the flavor and aroma of wine?
- What are some common myths about wine that people should be aware of?

- What are the steps to properly taste wine, and what should you look for when tasting?
- How do the region and climate where the grapes are grown affect the taste of the wine?
- What are some common wine terms that people should know when ordering or purchasing wine?
- What are the health benefits and risks associated with drinking wine in moderation?
- What are some popular wine regions around the world, and what makes them unique?

I hope these prompts help you to write a great article on "The Art of Drinking Wine"!

Input: *"Please give me a list of wines and their characteristics"*

Output:

Certainly! Here are some popular wines and their characteristics:

1. Cabernet Sauvignon: Full-bodied, bold, and high tannin with flavors of black currant, blackberry, and cedar.
2. Chardonnay: Medium to full-bodied, with a creamy texture and flavors of apple, pear, and vanilla.

3. Pinot Noir: Light to medium-bodied, with flavors of raspberry, cherry, and spice.
4. Merlot: Medium-bodied, with flavors of black cherry, plum, and chocolate.
5. Sauvignon Blanc: Light-bodied, with flavors of citrus, green apple, and grass.
6. Syrah/Shiraz: Full-bodied, with flavors of blackberry, pepper, and smoky bacon.
7. Riesling: Light-bodied, with flavors of green apple, lemon, and honey.
8. Zinfandel: Full-bodied, with flavors of blackberry, raspberry, and spice.

These are just a few examples, as there are many different types of wine with varying characteristics. You can then request the information on the rest of the items on the list.

4. Checking plagiarism

There are several AI-based tools available for checking plagiarism. These tools can help you identify instances of copied or unoriginal content in your writing. Some popular plagiarism checkers include:

- Grammarly: Grammarly is a well-known writing assistant tool that also includes a plagiarism

checker feature. It compares your text against a large database of web pages and academic papers to identify potential instances of plagiarism. (https://www.grammarly.com/plagiarism-checker)
- Turnitin: Turnitin is a widely used plagiarism detection tool, especially in academic settings. It helps educators and students identify unoriginal content in assignments, papers, and other written work. (https://www.turnitin.com/)
- Copyscape: Copyscape is a dedicated plagiarism detection tool that allows you to check if your content has been copied or reproduced elsewhere on the internet. It's useful for website owners, content creators, and writers to ensure the originality of their work. (https://www.copyscape.com/)
- Quetext: Quetext is another popular plagiarism detection tool that uses AI-based algorithms to compare your text against a large database of online sources. It provides an easy-to-use interface and offers both free and paid plans. (https://www.quetext.com/)

Please note that the effectiveness of these tools may vary, and they might not catch all instances of plagiarism. It's essential to use them as a supplement to your efforts in producing original content and properly citing sources.

5. Bing and Perflexity AI

Because ChatGPT is limited to data from 2021, you can use other search engines like Bing or Perplexity to supplement its limitations. Bing Chat uses natural language processing and deep learning to provide precise responses, while Perplexity AI offers insights into complex conversations. Both tools can enhance your decision-making process and improve customer experiences.

https://www.perplexity.ai

https://bing.com

CHAPTER VI: AI TOOLS

AI Tools

In addition to ChatGPT, there is a variety of AI tools available to assist you in achieving your objectives. Below are some AI tools with instructions on how to use them:

1. Talking Avatar Tools

chat.D-ID is an easy-to-use web app that employs real-time face animation and advanced text-to-speech to create a human-like conversational AI experience. With a 14-day free trial available without credit card information, it's one of the simplest software programs to use.

Additionally, D-IO, a feature of chat.D-ID, can automatically stitch animated faces back into the original image, enabling larger image sizes and the ability to animate multiple faces simultaneously.

Below are the steps to create a Talking Avatar:

- Sign in https://studio.d-id.com/s. After signing, follow the steps below:

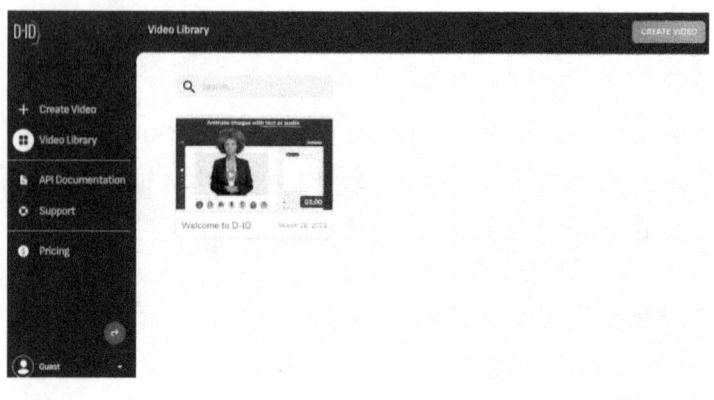

- Click the CREATE VIDEO button

- Click the ADD button
- Select your image

- Click the Audio button
- Click UPLOAD YOUR OWN VOICE
- Select your MP3 file and then click OPEN to upload.
- 7. Click the GENERATE VIDEO button

After the file has completed, you can download it.

2. AI Video Spokesperson Video Generator

MOVIO is an advanced AI video editor designed to create impressive marketing and training videos by converting your text into professional spokesperson content.

The free version of MOVIO offers 1-minute video credit per month. If you require more video credit, you can upgrade to the Essential program, which costs $24 per month and provides up to 10 minutes of video credit. For larger video needs, the Pro program is available at a monthly fee of $180, which offers up to 90 minutes of video credit per month.

To begin creating videos, first, sign up for a free account with MOVIO at https://docs.movio.la/. Afterward, log in to your account and follow the steps outlined below:

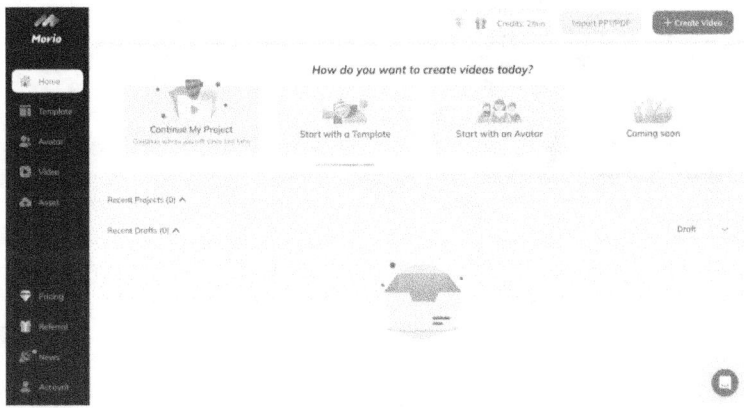

- Click the CREATE VIDEO button

- Click the UPLOAD or GENERATE button

To select an image, click on it in the left-side window. The selected image will then be displayed on the right side of the window.

Enter your script below, for example, as below:

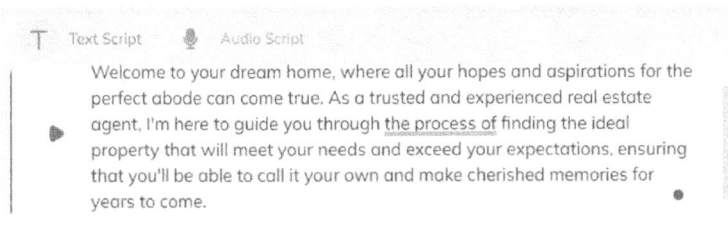

If you prefer to upload pre-recorded audio, simply select the 'AUDIO SCRIPT' option.

To choose the speaker's voice, click on the list of speakers and then click 'SELECT'.

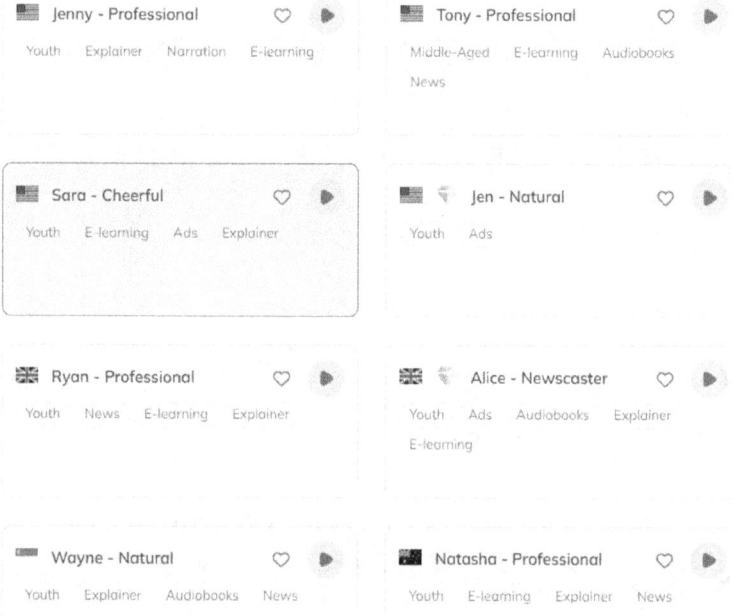

Click the 'Play Script' button to listen to the script. If you are satisfied, click the 'Submit' button.

The video will take a few minutes to generate. Once it's complete, you can click on the video image to review it or click the 'Down Arrow' to download the video.

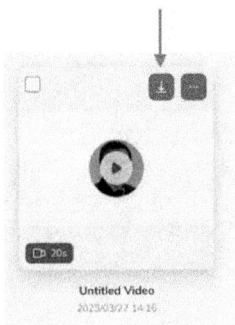

3. Bing Image Creator

This AI-powered tool allows users to create custom images with a single click, a major upgrade from the outdated WordArt feature. By typing a brief image description into the chat window on Bing or clicking the Image Creator icon within Microsoft Edge, users can generate custom images using OpenAI's DALL-E.

How to use it:

Sign up for a new Microsoft account or log in to your existing account. As a new user, you'll receive 25 boosted generations for Image Creator.

- Login www.Bing.com/create

- Type in your instruction, for example, "Create a smiling face of a baby."

- Click the GENERATE button.

If the server is overloaded, you can try Bing AI Painting by clicking on your icon at the top left of the screen and selecting 'Try Out Painting'.

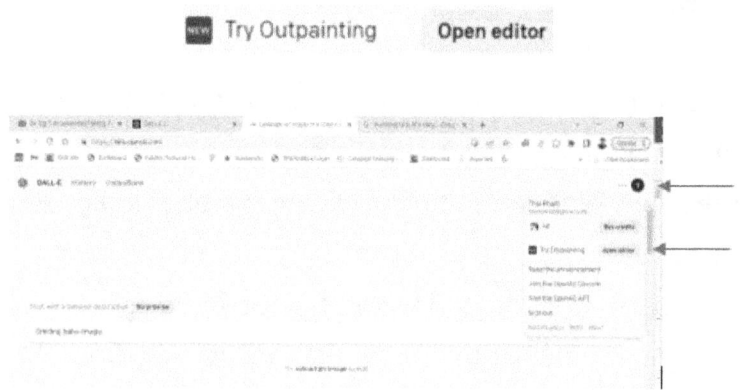

Additional AI Tools

Here is a list of some other useful AI tools. You can watch demonstrations or find instructions on how to use them on YouTube.

CONVERKIT

ConvertKit AI assists you in creating forms, email templates, and automated funnels effortlessly. The audit includes a deliverability check, list pruning to boost open rates, workflow optimization, tag/segment analysis, custom field audits, and a scalable system to build upon for your marketing needs.

https://convertkit.com/

COPY.AI

Create premium marketing copy in seconds with Copy AI. Quickly generate high-converting copy for your blog, social media, website, sales, ads, and beyond.

www.copy.ai

CRAYON

Free online AI image generator from text

https://www.craiyon.com/

BROWSE AI

Browse AI is a user-friendly tool for extracting and monitoring data from any website without coding. You can train a robot to perform data extraction, generating self-filling spreadsheets from specific websites.

https://www.browse.ai/

JASPER

Generate clever and original copy instantly and save time and money. Create top-quality content for emails, ads, websites, listings, blogs, and more!

https://www.jasper.ai/

MIDJOURNEY

Midjourney is an independent research lab dedicated to exploring cutting-edge thought mediums and bolstering human creativity. It enables thousands of collaborators to generate images, conjures new worlds, create extraordinary characters, and produce unique visuals based on brief textual descriptions.

https://www.midjourney.com/

PICTORY

Effortless Video Creation Seamlessly transform your long-form content into short, shareable branded videos with ease and affordability. No technical expertise or software downloads needed – simply enjoy the swift, user-friendly process of generating engaging video content.

https://pictory.ai/

RUNAWAY

Runway introduces a novel creative suite where AI acts as a collaborator, empowering you to bring any imagined concept to life.

https://runwayml.com

TOME

Presentation tool Tome introduces AI for streamlined storytelling The software offers a customizable framework of images and text to cater to users' specific requirements. Since its beta release in March, Tome has been renowned for enabling users to swiftly create presentations and share digital stories with just a few simple clicks or taps.

https://beta.tome.app/

THUMBNAIL

"Use Thumbnail AI to create eye-catching thumbnails for YouTube, Twitch, Facebook and more, and attract viewers with compelling previews. Background removal tools are also useful for tasks such as product photography, graphic design, and thumbnail creation."

https://thumbnail.ai/

DALL-E 2

DALL-E is an AI that can create realistic images and art from a description in natural language.

Openai.com/product/dall-e-2

PHOTO ENHANCER

- **Remini**

    https://app.remini.ai/

- **Luminar NEO**

    https://sylum.com

- **Topaz Studio 2**

    https://www.topazlabs.com/

Theesanaiforthat

Theesanaiforthat is a comprehensive database of AI models written by ChatGPT. With 2,848 AIs available for over 665 tasks, our database is one of the largest in the world. Our smart AI search feature helps you find the best tools for any use case. Whether you need an AI for image recognition, language processing, or anything else, you can find it on theresanaiforthat.com.

AI Toolks for Music Creation

There are several AI tools and technologies designed to assist with music creation, composition, and production. Here is a list of some notable examples:

1. OpenAI Jukebox: An AI music generator capable of creating songs in various genres and styles by learning from a large dataset of music.
2. AIVA (Artificial Intelligence Virtual Artist): AIVA uses deep learning to compose original music

for various purposes, including films, commercials, and games.
3. Amper Music: An AI music composer that helps creators produce professional-quality music using an intuitive platform.
4. Magenta by Google: An open-source research project exploring the role of machine learning in the creative process, including tools for music generation and interaction.
5. Humtap: A mobile app that uses AI to transform users' humming and tapping into full-fledged music compositions.
6. Sonic Pi: A live coding music synthesizer that uses AI algorithms to enable users to code and compose music in real-time.
7. AI Duet: A project by Google Creative Lab that uses AI to respond to users' input on a MIDI keyboard, creating a unique musical duet.
8. Melodrive: An AI engine that composes adaptive music in real-time, responding to the mood and context of the user's experience.
9. WaveNet by DeepMind: A deep generative model of raw audio waveforms that can synthesize realistic and high-quality music.
10. Orchestr.AI: A platform that uses AI to automatically create orchestral arrangements based on user input.
11. Boomy: A music-creation platform that allows users to generate and customize unique songs using AI algorithms.

12. Popgun: An AI-powered music collaboration tool that helps users create songs through a combination of predictive algorithms and user input.

These AI tools and technologies showcase the potential of artificial intelligence in enhancing and revolutionizing the music creation process, offering new opportunities for musicians, composers, and producers.

Glossary

AI: Artificial Intelligence - The development of computer systems that can perform tasks typically requiring human intelligence, such as visual perception, speech recognition, and decision-making.

API: Application Programming Interface - A set of rules and protocols that allows one software application to interact with another.

Chatbot: A software application that can engage in conversation with users, using natural language processing to understand and generate responses.

Context: The surrounding information or background knowledge necessary for understanding a particular input or output.

Contextual understanding: The ability to understand the meaning of a text or conversation by considering the surrounding context, such as prior knowledge, background information, or the ongoing dialogue.

Conversational AI: Artificial intelligence designed to engage in natural, human-like dialogue with users.

Dataset: A collection of data, often used for training, validating, or testing machine learning models.

Epoch: A complete iteration through a dataset during the training process of a machine learning model.

Fine-tuning: The process of training a pre-trained model on a smaller, specific dataset to adapt it to a particular task or domain.

GPT: Generative Pre-trained Transformer - A family of AI language models developed by OpenAI, including GPT-2, GPT-3, and ChatGPT.

Machine learning: A subset of AI that focuses on algorithms and models that can learn from and make predictions based on data.

Marketing Copy: Marketing copy is a type of written content created to promote a product, service, or brand with the aim of persuading potential customers to take a specific action, such as making a purchase, signing up for a newsletter, or engaging with the brand. Marketing copy can be found in various forms, such as advertisements, product descriptions, email campaigns, website content, social media posts, and brochures. Effective marketing copy is typically compelling, engaging, and tailored to the target audience, highlighting the unique selling points and benefits of the promoted product or service.

Model: A mathematical representation or algorithm that captures the patterns in data, used in machine learning and AI to make predictions or decisions.

NLP: Natural Language Processing - A field of AI focused on enabling computers to understand, interpret, and generate human language.

One-shot learning: The ability of a machine learning model to learn a new task or concept from a very limited number of examples.

OpenAI: A research organization focused on developing artificial intelligence in a safe and beneficial manner, responsible for creating ChatGPT and the GPT series of models.

Pre-training: The initial phase of training an AI model on a large dataset before fine-tuning it for specific tasks.

Table of Contents

CHƯƠNG I: SƠ LƯỢC VỀ TRÍ TUỆ NHÂN TẠO 5

CHƯƠNG II: CHATGPT 11

CHƯƠNG III: CÁCH GHI DANH VỚI CHATGPT 23

CHAPTER IV: CÁCH SỬ DỤNG CHATGPT 29

CHAPTER V: PHẦN THỰC HÀNH CHATGPT BẰNG VIỆT NGỮ 33

CHAPTER VI: PHẦN THỰC HÀNH CHATGPT BẰNG ANH NGỮ 108

CHAPTER VII: AI TOOLS 211

GLOSSARY 226

www.ingramcontent.com/pod-product-compliance
Lightning Source LLC
Chambersburg PA
CBHW060833170526
45158CB00001B/153